वर्ष
माझ्या शेळ्यांची नोंदवही

(५० शेळ्यांसाठी १ वर्षाची नोंदवही)

(शेळ्यांची संख्या ५० पर्यंत असेल अशा फार्मवर १ वर्षासाठी वापरता येईल)

लेखक
डॉ. तेजस चंद्रकांत शेंडे

सकाळ प्रकाशन

अनुक्रमणिका

नोंदवहीचे महत्व

- जर दूध, शेळी किंवा अन्य कुठलाही पशुपालन विषयक धंदा फायद्यात चालवायचा असेल तर त्या व्यवसायात नोंदवहीला अनन्यसाधारण महत्व आहे.
- आपल्याकडील जवळपास ८० ते ९० % शेतकऱ्याकडे आपल्या पशुपालन व्यवसायातील कुठल्याही नोंदी नाहीत.
- नोंदी जर ठेवल्या तर आपल्या व्यवसायात आपण कुठे चुकतोय व त्यावर उपाय काय हे आपण सांगू शकतो
- पण या चुका न कळल्यामुळे आपणाला गोठा बंद करण्याशिवाय कोणताही पर्याय राहत नाही.
- आपण आपल्या चुकांचे खापर त्या व्यवसायावर फोडतो व हा धंदा फायद्याचा नाही म्हणून आपण तो बंद करतो.
- जर आपल्याकडे जनावरांच्या आयुष्यातील वेगवेगळ्या नोंदी असतील तर आपण ते जनावर आपल्याकडे ठेवायचे का विकून टाकायचे हे ठरऊ शकतो किंवा आवश्यक निर्णय घेऊ शकतो.
- त्यामुळे या नोंदवहीचे महत्व आहे व शेळीपालन व्यवसायात खालीलप्रमाणे काही महत्वाच्या नोंदी ठेवणे अतिशय आवश्यक आहे व त्या नोंदीचा व्यावसायिक दृष्टीकोणातून उपयोग खाली दिलेला आहे.

अ. न.	नोंदीचा विषय	महत्वाच्या नोंदी	या नोंदीचा व्यावसायिक दृष्टीकोणातून उपयोग
१	शेळ्यांच्या मुख्य नोंदी	यामध्ये आपण प्रक्षेत्राचे / फार्मचे नाव, एकूण शेळ्यांची संख्या, मालकाचे नाव, संपूर्ण पत्ता, फार्म सुरु केल्याची तारीख, प्रजात, जात, शेळी पालनाचा उद्देश, फार्मची एकूण जमीनधारणा, नोंदीचे वर्ष इ. नोंदी ठेवतो	या नोंदी ठेवल्यामुळे आपल्याला प्रक्षेत्राबद्दलची प्रस्तावना व मूळ उद्देश एका नजरेत कळतो
२	वैयक्तिक शेळ्यांचा तपशील	यामध्ये आपल्याला प्रत्येक शेळीची जन्मतारीख, विकत घेतलेली तारीख, कळपापासून किती दिवस वेगळी ठेवली, शेडमध्ये एकत्र सोडल्याची तारीख, लिंग, जात, वडिलांचा ओळख नोंदणी क्रमांक / नाव, आईचा ओळख नोंदणी क्रमांक / नाव, पाळण्याचा उद्देश, जन्मताचे वजन, विमा नोंदणी नंबर, वयात येण्याचे वय, पहिल्यांदा गाभ घालविल्याची तारीख, मृत्युची तारीख कळपातून काढून टाकण्याचे तारीख व कारण इ. नोंदी ठेवतो	जर आपल्याला एका शेळीची किंवा ३ -४ वरील गोष्टीबद्दलची माहिती वर्षानुवर्षे लक्षात ठेवणे कठीण जाते व मग उत्पादन वाढीसाठी आवश्यक निर्णय घेता येत नाहीत व जर या गोष्टींच्या नोंदी ठेवल्या तर आपणाला उत्पादन वाढ व शेळ्यांच्या समस्यांबद्दल बद्दल योग्य ती कार्यवाही करता येते व आपणाला आपल्या फार्म वर एकूण किती शेळ्या आहेत व त्यामधे नर माद्या किती यांची योग्य माहिती समजते.
३	प्रजननाविषयी / पैदाशीविषयी नोंदीचा तपशील	यामध्ये आपल्याला प्रत्येक शेळीचा वेत क्रमांक, मागची विण्याची तारीख, माज केलेल्याची तारीख. बोकड दाखविला / कृत्रिम रेतन, बोकडाची जात व टक्केवारी, बोकडाचा नोंदणी क्रमांक, कृत्रिम रेतन करणारी व्यक्तीचा तपशील, गर्भधारणा निदान तारीख १, गर्भधारणा निदान व परिणाम तारीख, विलेल्याची तारीख, माजाची तारीख, विल्यानंतरच्या ज्या माजाला गाभ राहिली त्या माजाची तारीख, एका गर्भधारणेसाठी किती वेळा कृत्रिम रेतन / बोकड दाखविला इ. नोंदी ठेवतो	यामधून आपणाला शेळ्यामधील प्रजजन विषयक अडथळे जसे कि शेळी किती दिवस गाभण राहत नाही, एकदा गाभण रहायला किती माज लागतात, एका गर्भधारणेसाठी किती वेळा कृत्रिम रेतन करावे लागते, कोणता नर चांगला आहे व इतर असणाऱ्या अडचणी व त्यावर कोणत्या आवश्यक उपचारांची गरज आहे याबद्दल निर्णय घेता येतात
४	विण्याच्या नोंदीचा तपशील	यामध्ये आपण वेत क्रमांक, बोकडाचा ओळख नोंदणी क्रमांक, बोकड दाखविला / कृत्रिम रेतनाची तारीख, अपेक्षित विण्याची तारीख, वास्तविक विल्याची तारीख, गर्भावस्थेचा काळ, करडाचा ओळख नोंदणी क्रमांक, जन्मलेल्या करडाचे लिंग, विण्यामध्ये काही अडथळा आला होता का व असल्यास कोणता?? इ. नोंदी ठेवतो	यामधून आपणाला शेळ्यांच्या दोन वेतामधील अंतर जास्त होत असेल तर ते कमी करण्यासाठी प्रयत्न करता येतात, कुठला बोकड चांगला आहे, नर करडे किती वेळा मिळतात, माहिती मिळते व याबद्दल आवश्यक निर्णय घेता येतात

५	दररोजच्या दुग्धोत्पादनाच्या नोंदीचा तपशील	यामध्ये आपण प्रत्येक शेळ्यांपासून एकूण दूध, डेअरीला घातलेले एकूण दूध, एकूण फ्याट %,एकूण एस.एन.एफ. %, मिळालेला रेट, एकूण मिळालेली रक्कम, महिन्याची दुधाची सरासरी, महिन्याची फ्याट सरासरी,महिन्याची एस.एन. फ. सरासरी इ. नोंदी ठेवतो	आपल्याला यापासून शेळ्यांच्या दुग्धोत्पादनाच्या व त्यापासून मिळणाऱ्या गोष्टीचा तपशील मिळतो व वाढीव दुग्धोत्पादनासाठी आवश्यक निर्णय घेता येतात
६	उपचाराविषयीच्या नोंदी	यामध्ये आपण उपचार विषयक नोंदी जसे कि दिनांक, लक्षणे, औषधाचे नाव, औषधाचा प्रकार,डॉक्टरचे नाव व उपचारावरील खर्च इ. नोंदी ठेवतो	आपल्याला यापासून शेळी किती वेळा आजारी पडते, काय लक्षणे असतात व उपचारावर खर्च किती होतो मग शेळ्यांचे आरोग्य कसे आहे ती प्रक्षेत्रावर ठेवावी का काढावी व ती फायदेशीर आहे का हे कळते
७	लसीकरण विषयक नोंदी	यामध्ये आपल्याला शेळ्यांना दिलेल्या लसीचे नाव, लसीच्या रोगाचे नाव, लसीचा दिनांक, ब्याच नंबर, देण्याचा मार्ग, डोस, अंतिम वापराची तारीख, पुढच्या डोसची तारीख, लसीची किंमत, लस कोणी दिली, लसीचे नाव इ. नोंदी ठेवतो	अतिशय भयानक रोगांवरील लसी कोणत्या व त्यांच्या तारखा व पुढचा डोस कधी द्यायचा आहे व लसीकरणावर किती खर्च होतो अश्या महत्वाच्या गोष्टी समजतात
८	जंतनिर्मुलन विषयक नोंदी	यामध्ये आपल्याला शेळ्यांना दिलेल्या जंतनाशक, बाह्यकृमी / अंतकृमी, जंतनाशकाच्या रोगाचे नाव, जंतनाशकाचा वापराचा दिनांक, ब्याच नंबर, देण्याचा मार्ग, डोस, जंतनाशक देण्याची पुढची तारीख, वापराची अंतिम तारीख, जंतनाशकाची किंमत, जंतनाशक कोणी दिली इ. नोंदी ठेवतो	शेळ्यांना कुठली जंतनाशके कधी दिली व त्यांचा उपयोग कसा झाला हे कळते तसेच कुठले जंतनाशक दिल्यावर बाह्यकृमी / अंतकृमी यांचा प्रभाव कमी होतो व जंतनिर्मुलनावर किती खर्च होतो हे कळते
९	रोगांच्या चाचाण्या-विषयीच्या नोंदी	यामध्ये आपण विशिष्ठ रोगांच्या चाचण्या करतो व काही नोंदी ठेवतो जसे कि दिनांक, रोगाचे नाव, चाचणीचे नाव, प्रयोगशाळेचे नाव, अंतिम निरीक्षण, डॉक्टरचे नाव, चाचणीचा निकाल, केलेला उपाय इ. नोंदी ठेवतो	एखाद्या रोगाचे निदान करण्यासाठी कोणती चाचणी केली व काय निदान झाले व काय उपचार केले किती खर्च आला हे समजते.
१०	वजन विषयक नोंदी	यामध्ये आपण शेळीची जन्मतारीखः, जन्मताचे वजन वजनाचा दिनांक, वजन किलोग्राम,वजनामधील वाढ,इ. नोंदी ठेवतो	यामुळे आपणाला शेळ्यांची वाढ वयानुसार व्यवस्थित होत आहे कि नाही हे कळते
११	शेळ्यांची दर महिन्याची शारीरिक स्थिती	या मध्ये आपण प्रत्येक शेळीची दर वर्षातील दर महिन्याची शारीरिक स्थिती जसे कि शेळी किती महिन्याची गाभण, भाकड व किती महिन्याची गाभण, किती महिन्याची दुभती, भाकड,दुभती पण किती महिन्याची गाभण, ६ महिन्यापर्यंतचे करडू,६ ते १२ महिन्याचे करडू /शेळी, पहिल्यांदा गाभण,इ. नोंदी ठेवतो	यामुळे आपणाला शेळी कुठल्या महिन्यात कोणत्या शारीरिक स्थितीत आहे हे समजते व त्यामुळे व्यवस्थापन व कोणती पोषण मुल्ये कधी द्यायला पाहिजेत हे समजते.
१२	पोषण विषयीच्या नोंदी	या मध्ये आपण प्रत्येक शेळ्यांना दर वर्षातील दर महिन्याची शारीरिक स्थितीनुसार किती ओला चारा (किलो),वाळलेला चारा (किलो),खुराक (किलो), खनिजमिश्रण (ग्राम) देत आहोत याचा लेखाझोका इ. नोंदी ठेवतो	फार्म मध्ये चारा या एका गोष्टीवर जवळपास ६५ ते ७० % खर्च येतो व तो आपला बराच वाया जातो या मुळे आपणाला ओला व वाळला चारा व्यवस्थापन, महिन्याला किती चाऱ्याची गरज आहे, खुराक व खनिजमिश्रण महिन्याला किती लागते हे कळते तसेच चाऱ्यासाठी किती खर्च होतो आहे हे कळते.
१३	औषध खरेदी नोंदी	यामध्ये आपण औषधाचे नाव,ब्याच नंबर,बिल नंबर, विक्रेत्याचा तपशील, पॅक, [illegible], तारीख, खरेदीची तारीख, पॅक संख्या, दर, दरात सवलत, टक्केवारी, एकूण रक्कम, या तारखेचा स्टॉक इ. नोंदी ठेवतो	या मुळे आपल्याकडे कुठली औषधे आहेत व त्यांचा वापर कसा होत आहे व त्याचा उपयोग शेळ्यांमध्ये होतोय कि नाही हे कळते तसेच व गरज असलेली व स्टॉकमधून संपत आलेली औषधे आपल्याला मागवता येतात तसेच

			औषधोपचारावरील खर्च कळतो
४	वीर्य खरेदीच्या नोंदी	यामध्ये आपण विर्याचा तपशील (जात, टक्केवारी), ब्याच नंबर, बिल नंबर, विक्रेत्याचा तपशील, पॅक, वापर संपण्याची तारीख,खरेदीची तारीख,पॅक संख्या,दर,दरात सवलत,एकूण रक्कम,या तारखेचा स्टॉक इ. नोंदी ठेवतो	या मुळे आपल्याकडे कुठल्या जातीच्या वीर्याच्या स्ट्रॉ आहेत व त्यांचा वापर कसा होत आहे व त्याचा उपयोग जनावरांमध्ये किती होतोय व कुठल्या % च्या स्ट्रॉ जास्त वापरल्या जात हे कळते तसेच व गरज असलेली व स्टॉकमधून संपत आलेली स्ट्रॉ आपल्याला मागवता येतात व कृत्रिम रेतानाला किती खर्च झाला हे कळते.
.५.	चारा पीक लागवडी -विषयीच्या नोंदी	यामध्ये आपण चारा पीकाचे नाव, लागवडीची तारीख, लागवडीचे क्षेत्र, उत्पादन खर्च, पहिला, दुसरा व तिसरा कट घेण्याची तारीख, एकूण उत्पादन, बियाणे किंवा विक्रीतून मिळालेली रक्कम इ. नोंदी ठेवतो.	या नोंदी ठेवल्यामुळे आपल्या शेतामध्ये कुठल्या चारापिकाचे किती उत्पन्न मिळाले त्याची विक्री व शिल्लक चाऱ्याची साठवण व्यवस्था याचे नियोजन कसे करावे ते कळते.
६	शेळ्यांच्या जमा खर्च विषयीच्या नोंदी	यामध्ये आपण तारीख, खर्चाची बाब ,खर्चाचे कारण, एकूण रक्कम, रक्कम कुणाला दिली, तसेच मिळकतीची तारीख, मिळकतीची बाब, कशापासून मिळकत झाली, एकूण रक्कम, रक्कम कुणाकडून मिळाली, इ. नोंदी ठेवतो	यामुळे आपणाला फार्म वरील जमा व खर्च याचा दर महिन्याचा लेखाजोखा कळतो व जमा झालेला पैसा व खर्च झालेला पैसा याच्या नोंदी ठेवल्यामुळे या धंद्यामध्ये फायदा कि तोटा होत आहे हे समजते हे अतिशय महत्वाचे आहे.
७	कामगार विषयीच्या नोंदी	यामध्ये आपण कामगाराचे नाव,संपूर्ण पत्ता,मोबाईल नंबर, कामावर रुजू झाल्याची तारीख,दर ,दिवसाचा पगार,पगाराची रक्कम,पगाराची तारीख,काम सोडल्याची तारीख,अतिरिक्त पैशाची रक्कम व तारीख इ. नोंदी ठेवतो	यामुळे आपणाला कामगाराविषयी सर्व नोंदी कळतात व सध्याच्या कामगारामुळे फार्म वर सुधारणा झाल्या आहेत कि नाहीत ते कळते व कोणता कामगार सगळ्यात उत्तम आहे हे समजते व त्यांच्यावर आपण किती पैसे खर्च केले हे कळते.
८	कामगाराचे हजेरीपत्रक	यामध्ये आपण फार्म वरील सर्व कामगारांच्या नोंदी जसे कि कामगाराची दर महिन्याची दर दिवसाची हजेरी ठेवतो इ. नोंदी ठेवतो	यामुळे आपणाला कामगाराची दर, महिन्याची हजेरी कळते व त्यांचा पगार करण्यास सोयीस्कर होते तसेच त्यादिवशी आपण पर्यायी व्यवस्था काय केली व फार्म वर काही गैरसोय झाली का हे कळते.
९	विमा तपशील	यामध्ये आपण शेळ्यांच्या विम्याबद्दलच्या जसे कि ओळख नोंदणी क्रमांक, टॅग क्रमांक, विमा पॉलिसी, विमा पॉलिसी काळ, पैसे भरल्याची तारीख, विमा रक्कम, कंपनीचे नाव आणि संपर्क तपशील, एजंट नाव आणि संपर्क तपशील इ. नोंदी ठेवतो	यामुळे आपणाला विम्याच्या संदर्भात सर्व गोष्टी कळतात जसे कि विमा कुठल्या कंपनीचा केला, कधी केला, विमा पॉलिसी काळ, कधी संपते आहे व किती पैश्याचा प्रिमीयम आहे व कुठलिही गैरसोय झाली तर आवश्यक निर्णय घेता येतात.
१०	प्रक्षेत्रावरील स्थायी समान विषयक नोंदी	यामध्ये आपण फार्म वरील सर्व सामानाच्या नोंदी जसे कि सामानाचे नाव व नंबर, सामानाचे वर्णन व कंपनी, खरेदीची तारीख व बिलाचा नंबर, खरेदी किंमत व सध्याची किंमत, विक्रेत्याचे नाव व पत्ता व मोबाईल,विल्हेवाट लावल्याची तारीख व नंबर, वापरासाठी किती व कधी दिली, वस्तू किती तारखेला चेक केल्या, वस्तू चेक केल्यानंतरचा अहवाल, शिल्लक, अंदाजे किंमत, शेरा इ. नोंदी ठेवतो	यामुळे आपणाला आपल्या फार्म वर कोणते समान घेतले, कधी घेतले, कुठल्या कंपनीच घेतले,खरेदी किंमत, सध्याची किंमत त्या सामानाची सद्यस्थिती या अतिशय महत्वाच्या गोष्टी समजतात
११	शेळ्यांची एकूण उत्पादन कामगिरी नोंदी	यामध्ये आपण शेळ्यांच्या सर्व उत्पादन, पुनरुत्पादन, वाढीविषयक इ. जसे कि शेळ्यांचे उत्पादक जीवन, जीवनात एकूण वेत, सरासरी विल्यानंतर गाभ जाण्यासाठी लागणारे सरासरी दिवस, दूध न देण्याचा कालावधी, सरासरी दोन वेतांमधील	या नोंदी ठेवल्यामुळे आपली शेळी सर्व उत्पादन, पुनरुत्पादन, वाढीविषयक इ.संदर्भ नोंदीनुसार उत्पादन देत आहे का याचा सर्व अंदाज येतो व शेळी विकताना आपणाला आपल्या शेळ्याला जास्त किंमत मिळवता येते.

		अंतर,पहिल्या वेताचे वय, गर्भावस्था कालावधी, प्रत्येक गर्भधारणेसाठी लागणारी कृत्रिम रेतने / बोकड दाखविला, सरासरी विल्यानंतर माजावर येण्यासाठी लागणारे दिवस, सरासरी दूध उत्पादन जीवन वेळ दूध उत्पन्न, सरासरी फॅट टक्केवारी, सरासरी एस. एन. एफ. टक्केवारी, वर्षातून किती वेळा आजारी पडते, वयात आल्यानंतर वय, माज किती दिवसाला करते, माजाचा कालावधी, प्रथम गाभ घालावितानाचे वय, परिपक्वतेच्या वेळी वय, दूध उत्पादनाचा कालावधी, कृत्रिम रेतने / बोकड दाखविल्यावर गर्भधारणा तपासणी, पैदास कार्यक्षमता इ. नोंदी ठेवतो	

- जर वरीलप्रमाणे सर्व नोंदी ठेवल्या तर शेळ्यांची संख्या न वाढवता उत्पादन वाढवता येऊ शकते.
- जर प्रत्येक गोष्टी नियंत्रनात ठेवल्या तर प्रत्येक जनावरांबद्दल वेळच्या वेळी योग्य निर्णय घेता येतात व फार्म ची व्यावसायिक दृष्टीकोणातून जडणघडण लक्षात घेता येते.
- मला जर विचारलं तर मी म्हणेन नोंदवहीशिवाय जनावरांमधील कुठलाही धंदा फायदेशीर होऊच शकत नाही.

शेळ्यांच्या मुख्य नोंदी

क्षेत्राचे / फार्मचे नाव	
कूण शेळ्यांची संख्या	
ालकाचे नाव	
ंपूर्ण पत्ता व मोबाईल नंबर	
ार्म सुरु केल्याची तारीख	
जात	
ात	
ेळीपालनाचा उद्देश	
ार्मची एकूण जमीनधारणा	
ोंदीचे वर्ष	
तर	

वैयक्तिक शेळीच्या / माद्यांच्या नोंदी :

अ. न.	शेळीचा ओळख नोंदणी क्रमांक	जात	रंग	जन्मतारीख	जन्म:ताचे वजन	विकत घेतलेली तारीख	विमा नोंदणी नंबर	जुळ्यातील/ तिळ्यातील/ सिंगल	वडिलांचा ओळख नोंदणी क्रमांक / नाव
१									
२									
३									
४									
५									
६									
७									
८									
९									
१०									
११									
१२									
१३									
१४									
१५									
१६									
१७									
१८									
१९									
२०									
२१									
२२									
२३									
२४									
२५									

आईचा ओळख नोंदणी क्रमांक / नाव	विकत घेतल्या नंतर इतर शेळ्यां पासून किती दिवस वेगळी ठेवली	कळपात एकत्र सोडल्याची तारीख	वयात येण्याचे वय / पहिल्या माजाची तारीख	पहिल्यांदा गाभ घालविल्याची तारीख	मृत्युची तारीख / कळपातून काढून टाकण्याचे तारीख व कारण	पाळण्याचा उद्देश

वैयक्तिक शेळीच्या / माद्यांच्या नोंदी :

अ. न.	शेळीचा ओळख नोंदणी क्रमांक	जात	रंग	जन्मतारीख	जन्म:ताचे वजन	विकत घेतलेली तारीख	विमा नोंदणी नंबर	जुळ्यातील/ तिळ्यातील/ सिंगल	वडिलांचा ओळख नोंदणी क्रमांक / नाव
२६									
२७									
२८									
२९									
३०									
३१									
३२									
३३									
३४									
३५									
३६									
३७									
३८									
३९									
४०									
४१									
४२									
४३									
४४									
४५									
४६									
४७									
४८									
४९									
५०									

आईचा ओळख नोंदणी क्रमांक / नाव	विकत घेतल्या नंतर इतर शेळ्यां पासून किती दिवस वेगळी ठेवली	कळपात एकत्र सोडल्याची तारीख	वयात येण्याचे वय / पहिल्या माजाची तारीख	पहिल्यांदा गाभ घालविल्याची तारीख	मृत्युची तारीख / कळपातून काढून टाकण्याचे तारीख व कारण	पाळण्याचा उद्देश

वैयक्तिक शेळीच्या / माद्यांच्या नोंदी :

अ. न.	शेळीचा ओळख नोंदणी क्रमांक	जात	रंग	जन्मतारीख	जन्म:ताचे वजन	विकत घेतलेली तारीख	विमा नोंदणी नंबर	जुळ्यातील/ तिळ्यातील/ सिंगल	वडिलांचा ओळख नोंदणी क्रमांक / नाव
५१									
५२									
५३									
५४									
५५									
५६									
५७									
५८									
५९									
६०									
६१									
६२									
६३									
६४									
६५									
६६									
६७									
६८									
६९									
७०									
७१									
७२									
७३									
७४									
७५									

आईचा ओळख नोंदणी क्रमांक / नाव	विकत घेतल्या नंतर इतर शेळ्यां पासून किती दिवस वेगळी ठेवली	कळपात एकत्र सोडल्याची तारीख	वयात येण्याचे वय / पहिल्या माजाची तारीख	पहिल्यांदा गाभ घालविल्याची तारीख	मृत्युची तारीख / कळपातून काढून टाकण्याचे तारीख व कारण	पाळण्याचा उद्देश

वैयक्तिक शेळीच्या / माद्यांच्या नोंदी :

अ. न.	शेळीचा ओळख नोंदणी क्रमांक	जात	रंग	जन्मतारीख	जन्म:ताचे वजन	विकत घेतलेली तारीख	विमा नोंदणी नंबर	जुळ्यातील/ तिळ्यातील/ सिंगल	वडिलांचा ओळख नोंदणी क्रमांक / नाव
७६									
७७									
७८									
७९									
८०									
८१									
८२									
८३									
८४									
८५									
८६									
८७									
८८									
८९									
९०									
९१									
९२									
९३									
९४									
९५									
९६									
९७									
९८									
९९									
१००									

आईचा ओळख नोंदणी क्रमांक / नाव	विकत घेतल्या नंतर इतर शेळ्यां पासून किती दिवस वेगळी ठेवली	कळपात एकत्र सोडल्याची तारीख	वयात येण्याचे वय / पहिल्या माजाची तारीख	पहिल्यांदा गाभ घालविल्याची तारीख	मृत्युची तारीख / कळपातून काढून टाकण्याचे तारीख व कारण	पाळण्याचा उद्देश

बोकडाविषयीच्या नोंदी:

अ. न.	बोकडाचा ओळख नोंदणी क्रमांक	जात	रंग	जन्मतारीख	जन्म:ताचे वजन	विकत घेतलेली तारीख व किंमत	विमा नोंदणी नंबर	जुळ्यातील/ तिळ्यातील/ सिंगल
१								
२								
३								
४								
५								
६								
७								
८								
९								
१०								
११								
१२								
१३								
१४								
१५								
१६								
१७								
१८								
१९								
२०								
२१								
२२								
२३								
२४								
२५								

वडिलांचा ओळख नोंदणी क्रमांक / नाव	आईचा ओळख नोंदणी क्रमांक / नाव	विकत घेतल्यानंतर इतर जनावरांपासून किती दिवस वेगळा ठेवला	वयात येण्याचे वय	मृत्युची तारीख / कळपातून काढून टाकण्याचे तारीख व कारण	पाळण्याचा उद्देश

बोकडाविषयीच्या नोंदी:

अ. न.	बोकडाचा ओळख नोंदणी क्रमांक	जात	रंग	जन्मतारीख	जन्म:ताचे वजन	विकत घेतलेली तारीख व किंमत	विमा नोंदणी नंबर	जुळ्यातील/ तिळ्यातील/ सिंगल
२६								
२७								
२८								
२९								
३०								
३१								
३२								
३३								
३४								
३५								
३६								
३७								
३८								
३९								
४०								
४१								
४२								
४३								
४४								
४५								
४६								
४७								
४८								
४९								
५०								

वडिलांचा ओळख नोंदणी क्रमांक / नाव	आईचा ओळख नोंदणी क्रमांक / नाव	विकत घेतल्यानंतर इतर जनावरांपासून किती दिवस वेगळा ठेवला	वयात येण्याचे वय	मृत्युची तारीख / कळपातून काढून टाकण्याचे तारीख व कारण	पाळण्याचा उद्देश

पैदाशीच्या बोकडाविषयीच्या नोंदी :

अ. न.	बोकडाचा ओळख नोंदणी क्रमांक	जात	रंग	जन्मतारीख	जन्मःताचे वजन	विकत घेतलेली तारीख व किंमत	विमा नोंदणी नंबर	जुळ्यातील/ तिळ्यातील/ सिंगल	वडिलांचा ओळख नोंदणी क्रमांक / नाव
१									
२									
३									
४									
५									
६									
७									
८									
९									
१०									
११									
१२									
१३									
१४									
१५									

आईचा ओळख नोंदणी क्रमांक / नाव	विकत घेतल्या नंतर इतर जनावरां पासून किती दिवस वेगळा ठेवला	वयात येण्याचे वय	पैदाशीसाठी पहिल्यांदा वापरलेली तारीख	पैदाशीसाठी किती दिवसाला वापरता	बोकड एकदा दाखविण्यासाठी घेतलेली रक्कम (रू.)	दोन पिल्ले देण्याची क्षमता (%)	मृत्युची तारीख / कळपातून काढून टाकण्याचे तारीख व कारण

प्रजननाविषयी नोंदीचा तपशील :

अ. न.	शेळीचा ओळख नोंदणी क्रमांक	वेत क्रमांक	मागची विण्याची तारीख	माज केलेल्याची तारीख	बोकड दाखविला / कृत्रिम रेतन व तारीख	बोकडाची जात व टक्केवारी	बोकडाचा नोंदणी क्रमांक	कृत्रिम रेतन करणाऱ्या व्यक्ती तपशील
१								
२								
३								
४								
५								
६								
७								
८								
९								
१०								
११								
१२								
१३								
१४								
१५								
१६								
१७								
१८								
१९								
२०								
२१								
२२								
२३								
२४								
२५								

र्भधारणा निदान रीख १	गर्भधारणा निदान व परिणाम तारीख	विलेल्याची तारीख	विल्यानंतरच्या पहिल्या माजाची तारीख	विल्यानंतरच्या ज्या माजाला गाभ राहिली त्या माजाची तारीख	एका गर्भधारणेसाठी किती वेळा कृत्रिम रेतन / बोकड दाखविला	बोकड दाखविण्यासाठी / कृत्रिम रेतन करण्यासाठीच्या खर्चाची रक्कम

प्रजननाविषयी नोंदीचा तपशील :

अ. न.	शेळीचा ओळख नोंदणी क्रमांक	वेत क्रमांक	मागची विण्याची तारीख	माज केलेल्याची तारीख	बोकड दाखविला / कृत्रिम रेतन व तारीख	बोकडाची जात व टक्केवारी	बोकडाचा नोंदणी क्रमांक	कृत्रिम रेतन करणाऱ्या व्यक्ती तपशील
२६								
२७								
२८								
२९								
३०								
३१								
३२								
३३								
३४								
३५								
३६								
३७								
३८								
३९								
४०								
४१								
४२								
४३								
४४								
४५								
४६								
४७								
४८								
४९								
५०								

र्भधारणा निदान रीख १	गर्भधारणा निदान व परिणाम तारीख	विलेल्याची तारीख	विल्यानंतरच्या पहिल्या माजाची तारीख	विल्यानंतरच्या ज्या माजाला गाभ राहिली त्या माजाची तारीख	एका गर्भधारणेसाठी किती वेळा कृत्रिम रेतन / बोकड दाखविला	बोकड दाखविण्यासाठी / कृत्रिम रेतन करण्यासाठीच्या खर्चाची रक्कम

प्रजननाविषयी नोंदीचा तपशील :

अ. न.	शेळीचा ओळख नोंदणी क्रमांक	वेत क्रमांक	मागची विण्याची तारीख	माज केलेल्याची तारीख	बोकड दाखविला / कृत्रिम रेतन व तारीख	बोकडाची जात व टक्केवारी	बोकडाचा नोंदणी क्रमांक	कृत्रिम रेतन करणाऱ्या व्यक्ती तपशील
५१								
५२								
५३								
५४								
५५								
५६								
५७								
५८								
५९								
६०								
६१								
६२								
६३								
६४								
६५								
६६								
६७								
६८								
६९								
७०								
७१								
७२								
७३								
७४								
७५								

र्भधारणा निदान रीख १	गर्भधारणा निदान व परिणाम तारीख	विलेल्याची तारीख	विल्यानंतरच्या पहिल्या माजाची तारीख	विल्यानंतरच्या ज्या माजाला गाभ राहिली त्या माजाची तारीख	एका गर्भधारणेसाठी किती वेळा कृत्रिम रेतन / बोकड दाखविला	बोकड दाखविण्यासाठी / कृत्रिम रेतन करण्यासाठीच्या खर्चाची रक्कम

प्रजननाविषयी नोंदीचा तपशील :

अ. न.	शेळीचा ओळख नोंदणी क्रमांक	वेत क्रमांक	मागची विण्याची तारीख	माज केलेल्याची तारीख	बोकड दाखविला / कृत्रिम रेतन व तारीख	बोकडाची जात व टक्केवारी	बोकडाचा नोंदणी क्रमांक	कृत्रिम रेतन करणाऱ्या व्यक्ती तपशील
७६								
७७								
७८								
७९								
८०								
८१								
८२								
८३								
८४								
८५								
८६								
८७								
८८								
८९								
९०								
९१								
९२								
९३								
९४								
९५								
९६								
९७								
९८								
९९								
१००								

र्भधारणा निदान रीख १	गर्भधारणा निदान व परिणाम तारीख	विलेल्याची तारीख	विल्यानंतरच्या पहिल्या माजाची तारीख	विल्यानंतरच्या ज्या माजाला गाभ राहिली त्या माजाची तारीख	एका गर्भधारणेसाठी किती वेळा कृत्रिम रेतन / बोकड दाखविला	बोकड दाखविण्यासाठी / कृत्रिम रेतन करण्यासाठीच्या खर्चाची रक्कम

विण्याच्या नोंदीचा तपशील :

अ.न.	शेळीचा ओळख नोंदणी क्रमांक	वेत क्रमांक	बोकडाचा ओळख नोंदणी क्रमांक	बोकड दाखविला / कृत्रिम रेतनाची तारीख	अपेक्षित विण्याची तारीख	वास्तविक विल्याची तारीख	गर्भावस्थेचा काळ	जन्मप्रकार (एकच/ जुळे/तिळे)
१								
२								
३								
४								
५								
६								
७								
८								
९								
१०								
११								
१२								
१३								
१४								
१५								
१६								
१७								
१८								
१९								
२०								
२१								
२२								

लिंग (नर/मादी)	करडांचा ओळख नोंदणी क्रमांक	जन्मलेल्या करडाला किती दिवस चिक पाजला	विण्यामध्ये काही अडथळा आला होता का? व असल्यास कोणता ??	अडथळयावरील उपाय व खर्च

विण्याच्या नोंदीचा तपशील :

अ.न.	शेळीचा ओळख नोंदणी क्रमांक	वेत क्रमांक	बोकडाचा ओळख नोंदणी क्रमांक	बोकड दाखविला / कृत्रिम रेतनाची तारीख	अपेक्षित विण्याची तारीख	वास्तविक विल्याची तारीख	गर्भावस्थेचा काळ	जन्मप्रकार (एकच/ जुळे/तिळे)
२३								
२४								
२५								
२६								
२७								
२८								
२९								
३०								
३१								
३२								
३३								
३४								
३५								
३६								
३७								
३८								
३९								
४०								
४१								
४२								
४३								
४४								

लिंग (नर/मादी)	करडांचा ओळख नोंदणी क्रमांक	जन्मलेल्या करडाला किती दिवस चिक पाजला	विण्यामध्ये काही अडथळा आला होता का? व असल्यास कोणता ??	अडथळयावरील उपाय व खर्च

विण्याच्या नोंदीचा तपशील :

अ.न.	शेळीचा ओळख नोंदणी क्रमांक	वेत क्रमांक	बोकडाचा ओळख नोंदणी क्रमांक	बोकड दाखविला / कृत्रिम रेतनाची तारीख	अपेक्षित विण्याची तारीख	वास्तविक विल्याची तारीख	गर्भावस्थेचा काळ	जन्मप्रकार (एकच/ जुळे/तिळे)
४५								
४६								
४७								
४८								
४९								
५०								
५१								
५२								
५३								
५४								
५५								
५६								
५७								
५८								
५९								
६०								

लिंग (नर/मादी)	करडांचा ओळख नोंदणी क्रमांक	जन्मलेल्या करडाला किती दिवस चिक पाजला	विण्यामध्ये काही अडथळा आला होता का? व असल्यास कोणता ??	अडथळयावरील उपाय व खर्च

गाभडलेल्या शेळ्यांचा तपशिल :

अ. न.	शेळीचा ओळख नोंदणी क्रमांक	वेत क्रमांक	बोकडाचा ओळख नोंदणी क्रमांक	बोकड दाखविला / कृत्रिम रेतनाची तारीख	अपेक्षित विण्याची तारीख	वास्तविक विल्या तारीख
१						
२						
३						
४						
५						
६						
७						
८						
९						
१०						

गर्भावस्थेचा काळ	गाभडली का?	लक्षणे	उपाय काय केले	उपायावरील खर्च

दूध देणाऱ्या शेळ्यांचा तपशील :
दररोजच्या दुग्धोत्पादनाच्या नोंदीचा तपशील :

अ. न.	दूध देणाऱ्या शेळ्यांचा ओळख नोंदणी क्रमांक	वेताचा क्रमांक	वेतातील सरासरी दुग्धोत्पादनाचे एकूण दिवस		वेतामधील एकूण सरासरी दुध उत्पादन	वेतामध्ये दुधापासून मिळालेले एकूण उत्पन्न रु.	दूध देणाऱ्या शेळ्यांचा ओळख नोंदणी क्रमांक	वेताचा क्रमांक	वेतातील सरासरी दुग्धोत्पादनाचे एकूण	
			सुरवात तारीख	शेवटची तारीख					सुरवात तारीख	शेवटची तारीख
१										
२										
३										
४										
५										
६										
७										
८										
९										
१०										
११										
१२										
१३										
१४										
१५										
१६										
१७										
१८										
१९										
२०										

वेतामधील एकूण सरासरी दुध उत्पादन दिवस	वेतामध्ये दुधापासून मिळालेले एकूण उत्पन्न रु.	दूध देणाऱ्या शेळ्यांचा ओळख नोंदणी क्रमांक	वेताचा क्रमांक	वेतातील सरासरी दुग्धोत्पादनाचे एकूण दिवस		वेतामधील एकूण सरासरी दुध उत्पादन	वेतामध्ये दुधापासून मिळालेले एकूण उत्पन्न रु.
				सुरवात तारीख	शेवटची तारीख		

वर्ष:		
सकाळचे दूध (लिटर)	संध्याकाळचे दूध (लिटर)	एकूण फॅट %

जानेवारी															
	१	२	३	४	५	६	७	८	९	१०	११	१२	१३	१४	१५
दूध देणाऱ्या शेळ्यांचा ओळख नोंदणी क्रमांक															
सकाळ दूध															
संध्याकाळ दूध															
फॅट %															
एस. एन. एफ.(%)															
एकूण दूध उत्पादन															
दूध विक्रीपासून मिळालेली रक्कम रु.															
सरासरी	महिन्याची एकूण उत्पन्न व रक्कम									महिन्याची फॅट सरासरी					

फेब्रुवारी														
	१	२	३	४	५	६	७	८	९	१०	११	१२	१३	१४
दूध देणाऱ्या शेळ्यांचा ओळख नोंदणी क्रमांक														
सकाळ दूध														
संध्याकाळ दूध														
फॅट %														
एस. एन. एफ.(%)														
एकूण दूध उत्पादन														
दूध विक्रीपासून मिळालेली रक्कम रु.														
सरासरी	महिन्याची एकूण उत्पन्न व रक्कम									महिन्याची फॅट सरासरी				

एस. एन.एफ %	महिन्याची सरासरी (लिटर)

१६	१७	१८	१९	२०	२१	२२	२३	२४	२५	२६	२७	२८	२९	३०	३१
			महिन्याची एस.एन.एफ. सरासरी												

१५	१६	१७	१८	१९	२०	२१	२२	२३	२४	२५	२६	२७	२८
					महिन्याची एस.एन. फ. सरासरी								

मार्च															
	१	२	३	४	५	६	७	८	९	१०	११	१२	१३	१४	१५
दूध देणाऱ्या शेळ्यांचा ओळख नोंदणी क्रमांक															
सकाळ दूध															
संध्याकाळ दूध															
फॅट %															
एस. एन. एफ.(%)															
एकूण दूध उत्पादन															
दूध विक्रीपासून मिळालेली रक्कम रु.															
सरासरी	महिन्याची एकूण उत्पन्न व रक्कम									महिन्याची फॅट सरासरी					

एप्रिल															
	१	२	३	४	५	६	७	८	९	१०	११	१२	१३	१४	१५
दूध देणाऱ्या शेळ्यांचा ओळख नोंदणी क्रमांक															
सकाळ दूध															
संध्याकाळ दूध															
फॅट %															
एस. एन. एफ.(%)															
एकूण दूध उत्पादन															
दूध विक्रीपासून मिळालेली रक्कम रु.															
सरासरी	महिन्याची एकूण उत्पन्न व रक्कम									महिन्याची फॅट सरासरी					

१६	१७	१८	१९	२०	२१	२२	२३	२४	२५	२६	२७	२८	२९	३०	३१
				महिन्याची एस.एन. एफ. सरासरी											

१६	१७	१८	१९	२०	२१	२२	२३	२४	२५	२६	२७	२८	२९	३०
				महिन्याची एस.एन. एफ. सरासरी										

मे															
	१	२	३	४	५	६	७	८	९	१०	११	१२	१३	१४	१५
दूध देणाऱ्या शेळ्यांचा ओळख नोंदणी क्रमांक															
सकाळ दूध															
संध्याकाळ दूध															
फॅट %															
एस. एन. एफ.(%)															
एकूण दूध उत्पादन															
दूध विक्रीपासून मिळालेली रक्कम रु.															
सरासरी	महिन्याची एकूण उत्पन्न व रक्कम									महिन्याची फॅट सरासरी					

जून															
	१	२	३	४	५	६	७	८	९	१०	११	१२	१३	१४	१५
दूध देणाऱ्या शेळ्यांचा ओळख नोंदणी क्रमांक															
सकाळ दूध															
संध्याकाळ दूध															
फॅट %															
एस. एन. एफ.(%)															
एकूण दूध उत्पादन															
दूध विक्रीपासून मिळालेली रक्कम रु.															
सरासरी	महिन्याची एकूण उत्पन्न व रक्कम									महिन्याची फॅट सरासरी					

१६	१७	१८	१९	२०	२१	२२	२३	२४	२५	२६	२७	२८	२९	३०	३१
				महिन्याची एस.एन. एफ. सरासरी											

१६	१७	१८	१९	२०	२१	२२	२३	२४	२५	२६	२७	२८	२९	३०
				महिन्याची एस.एन. एफ. सरासरी										

जुलै															
	१	२	३	४	५	६	७	८	९	१०	११	१२	१३	१४	१५
दूध देणाऱ्या शेळ्यांचा ओळख नोंदणी क्रमांक															
सकाळ दूध															
संध्याकाळ दूध															
फॅट %															
एस. एन. एफ.(%)															
एकूण दूध उत्पादन															
दूध विक्रीपासून मिळालेली रक्कम रु.															
सरासरी	महिन्याची एकूण उत्पन्न व रक्कम									महिन्याची फॅट सरासरी					

ऑगस्ट															
	१	२	३	४	५	६	७	८	९	१०	११	१२	१३	१४	१५
दूध देणाऱ्या शेळ्यांचा ओळख नोंदणी क्रमांक															
सकाळ दूध															
संध्याकाळ दूध															
फॅट %															
एस. एन. एफ.(%)															
एकूण दूध उत्पादन															
दूध विक्रीपासून मिळालेली रक्कम रु.															
सरासरी	महिन्याची एकूण उत्पन्न व रक्कम									महिन्याची फॅट सरासरी					

१६	१७	१८	१९	२०	२१	२२	२३	२४	२५	२६	२७	२८	२९	३०	३१
				महिन्याची एस.एन. एफ. सरासरी											

१६	१७	१८	१९	२०	२१	२२	२३	२४	२५	२६	२७	२८	२९	३०	३१
				महिन्याची एस.एन. एफ. सरासरी											

सप्टेंबर															
	१	२	३	४	५	६	७	८	९	१०	११	१२	१३	१४	१५
दूध देणाऱ्या शेळ्यांचा ओळख नोंदणी क्रमांक															
सकाळ दूध															
संध्याकाळ दूध															
फॅट %															
एस. एन. एफ.(%)															
एकूण दूध उत्पादन															
दूध विक्रीपासून मिळालेली रक्कम रु.															
सरासरी	महिन्याची एकूण उत्पन्न व रक्कम									महिन्याची फॅट सरासरी					

ऑक्टोंबर															
	१	२	३	४	५	६	७	८	९	१०	११	१२	१३	१४	१५
दूध देणाऱ्या शेळ्यांचा ओळख नोंदणी क्रमांक															
सकाळ दूध															
संध्याकाळ दूध															
फॅट %															
एस. एन. एफ.(%)															
एकूण दूध उत्पादन															
दूध विक्रीपासून मिळालेली रक्कम रु.															
सरासरी	महिन्याची एकूण उत्पन्न व रक्कम									महिन्याची फॅट सरासरी					

१६	१७	१८	१९	२०	२१	२२	२३	२४	२५	२६	२७	२८	२९	३०	
				महिन्याची एस.एन. एफ. सरासरी											

१६	१७	१८	१९	२०	२१	२२	२३	२४	२५	२६	२७	२८	२९	३०	३१
				महिन्याची एस.एन. एफ. सरासरी											

नोव्हेंबर															
	१	२	३	४	५	६	७	८	९	१०	११	१२	१३	१४	१५
दूध देणाऱ्या शेळ्यांचा ओळख नोंदणी क्रमांक															
सकाळ दूध															
संध्याकाळ दूध															
फॅट %															
एस. एन. एफ.(%)															
एकूण दूध उत्पादन															
दूध विक्रीपासून मिळालेली रक्कम रु.															
सरासरी	महिन्याची एकूण उत्पन्न व रक्कम									महिन्याची फॅट सरासरी					

डिसेंबर															
	१	२	३	४	५	६	७	८	९	१०	११	१२	१३	१४	१५
दूध देणाऱ्या शेळ्यांचा ओळख नोंदणी क्रमांक															
सकाळ दूध															
संध्याकाळ दूध															
फॅट %															
एस. एन. एफ.(%)															
एकूण दूध उत्पादन															
दूध विक्रीपासून मिळालेली रक्कम रु.															
सरासरी	महिन्याची एकूण उत्पन्न व रक्कम									महिन्याची फॅट सरासरी					

१६	१७	१८	१९	२०	२१	२२	२३	२४	२५	२६	२७	२८	२९	३०
				महिन्याची एस.एन. एफ. सरासरी										

१६	१७	१८	१९	२०	२१	२२	२३	२४	२५	२६	२७	२८	२९	३०	३१
				महिन्याची एस.एन. एफ. सरासरी											

आरोग्याविषयीच्या नोंदी
उपचाराविषयीच्या नोंदी

अ.न.	शेळीचा ओळख नोंदणी क्रमांक	दिनांक	लक्षणे	औषधाचे नाव	डॉक्टरचे नाव	डॉक्टरची फी (रु.)
१						
२						
३						
४						
५						
६						
७						
८						
९						
१०						
११						
१२						
१३						
१४						
१५						
१६						
१७						
१८						
१९						
२०						
२१						
२२						
२३						
२४						
२५						

शेळीचा ओळख नोंदणी क्रमांक	दिनांक	लक्षणे	औषधाचे नाव	डॉक्टरचे नाव	डॉक्टरची फी (रु.)

आरोग्याविषयीच्या नोंदी
उपचाराविषयीच्या नोंदी

अ.न.	शेळीचा ओळख नोंदणी क्रमांक	दिनांक	लक्षणे	औषधाचे नाव	डॉक्टरचे नाव	डॉक्टरची फी (रु.)
२६						
२७						
२८						
२९						
३०						
३१						
३२						
३३						
३४						
३५						
३६						
३७						
३८						
३९						
४०						
४१						
४२						
४३						
४४						
४५						
४६						
४७						
४८						
४९						
५०						

शेळीचा ओळख नोंदणी क्रमांक	दिनांक	लक्षणे	औषधाचे नाव	डॉक्टरचे नाव	डॉक्टरची फी (रु.)

आरोग्याविषयीच्या नोंदी
उपचाराविषयीच्या नोंदी

अ.न.	शेळीचा ओळख नोंदणी क्रमांक	दिनांक	लक्षणे	औषधाचे नाव	डॉक्टरचे नाव	डॉक्टरची फी (रु.)
५१						
५२						
५३						
५४						
५५						
५६						
५७						
५८						
५९						
६०						
६१						
६२						
६३						
६४						
६५						
६६						
६७						
६८						
६९						
७०						
७१						
७२						
७३						
७४						
७५						

शेळीचा ओळख नोंदणी क्रमांक	दिनांक	लक्षणे	औषधाचे नाव	डॉक्टरचे नाव	डॉक्टरची फी (रु.)

आरोग्याविषयीच्या नोंदी
उपचाराविषयीच्या नोंदी

अ.न.	शेळीचा ओळख नोंदणी क्रमांक	दिनांक	लक्षणे	औषधाचे नाव	डॉक्टरचे नाव	डॉक्टरची फी (रु.)
७६						
७७						
७८						
७९						
८०						
८१						
८२						
८३						
८४						
८५						
८६						
८७						
८८						
८९						
९०						
९१						
९२						
९३						
९४						
९५						
९६						
९७						
९८						
९९						
१००						

शेळीचा ओळख नोंदणी क्रमांक	दिनांक	लक्षणे	औषधाचे नाव	डॉक्टरचे नाव	डॉक्टरची फी (रु.)

लसीकरण विषयक नोंदी :

अ.न.	शेळीचा ओळख नोंदणी क्रमांक	लसीचे नाव व रोग	लसीचा दिनांक	पुढच्या डोसची तारीख	लसीची किंमत (रु.)	लसीचे नाव व रोग	लसीचा दिनांक	पुढच्या डोसची तारीख	लसीची किंमत (रु.)	लसीचे नाव व रोग	लसी… दिनां…
१											
२											
३											
४											
५											
६											
७											
८											
९											
१०											
११											
१२											
१३											
१४											
१५											
१६											
१७											
१८											
१९											
२०											
२१											
२२											
२३											
२४											
२५											

पुढच्या डोसची तारीख	लसीची किंमत (रु.)	लसीचे नाव व रोग	लसीचा दिनांक	पुढच्या डोसची तारीख	लसीची किंमत (रु.)	लसीचे नाव व रोग	लसीचा दिनांक	पुढच्या डोसची तारीख	लसीची किंमत (रु.)	लस कोणी दिली

लसीकरण विषयक नोंदी :

अ.न.	शेळीचा ओळख नोंदणी क्रमांक	लसीचे नाव व रोग	लसीचा दिनांक	पुढच्या डोसची तारीख	लसीची किंमत (रु.)	लसीचे नाव व रोग	लसीचा दिनांक	पुढच्या डोसची तारीख	लसीची किंमत (रु.)	लसीचे नाव व रोग	लसी दिनां
२६											
२७											
२८											
२९											
३०											
३१											
३२											
३३											
३४											
३५											
३६											
३७											
३८											
३९											
४०											
४१											
४२											
४३											
४४											
४५											
४६											
४७											
४८											
४९											
५०											

पुढच्या डोसची तारीख	लसीची किंमत (रु.)	लसीचे नाव व रोग	लसीचा दिनांक	पुढच्या डोसची तारीख	लसीची किंमत (रु.)	लसीचे नाव व रोग	लसीचा दिनांक	पुढच्या डोसची तारीख	लसीची किंमत (रु.)	लस कोणी दिली

लसीकरण विषयक नोंदी :

अ.न.	शेळीचा ओळख नोंदणी क्रमांक	लसीचे नाव व रोग	लसीचा दिनांक	पुढच्या डोसची तारीख	लसीची किंमत (रु.)	लसीचे नाव व रोग	लसीचा दिनांक	पुढच्या डोसची तारीख	लसीची किंमत (रु.)	लसीचे नाव व रोग	लसीचा दिनांक
५१											
५२											
५३											
५४											
५५											
५६											
५७											
५८											
५९											
६०											
६१											
६२											
६३											
६४											
६५											
६६											
६७											
६८											
६९											
७०											
७१											
७२											
७३											
७४											
७५											

पुढच्या डोसची तारीख	लसीची किंमत (रु.)	लसीचे नाव व रोग	लसीचा दिनांक	पुढच्या डोसची तारीख	लसीची किंमत (रु.)	लसीचे नाव व रोग	लसीचा दिनांक	पुढच्या डोसची तारीख	लसीची किंमत (रु.)	लस कोणी दिली

लसीकरण विषयक नोंदी :

अ.न.	शेळीचा ओळख नोंदणी क्रमांक	लसीचे नाव व रोग	लसीचा दिनांक	पुढच्या डोसची तारीख	लसीची किंमत (रु.)	लसीचे नाव व रोग	लसीचा दिनांक	पुढच्या डोसची तारीख	लसीची किंमत (रु.)	लसीचे नाव व रोग	लसी दिनां
७६											
७७											
७८											
७९											
८०											
८१											
८२											
८३											
८४											
८५											
८६											
८७											
८८											
८९											
९०											
९१											
९२											
९३											
९४											
९५											
९६											
९७											
९८											
९९											
१००											

पुढच्या डोसची तारीख	लसीची किंमत (रु.)	लसीचे नाव व रोग	लसीचा दिनांक	पुढच्या डोसची तारीख	लसीची किंमत (रु.)	लसीचे नाव व रोग	लसीचा दिनांक	पुढच्या डोसची तारीख	लसीची किंमत (रु.)	लस कोणी दिली

लसीकरण विषयक नोंदी :

अ.न.	शेळीचा ओळख नोंदणी क्रमांक	लसीचे नाव व रोग	लसीचा दिनांक	पुढच्या डोसची तारीख	लसीची किंमत (रु.)	लसीचे नाव व रोग	लसीचा दिनांक	पुढच्या डोसची तारीख	लसीची किंमत (रु.)	लसीचे नाव व रोग	लसी- दिनां-
१०१											
१०२											
१०३											
१०४											
१०५											
१०६											
१०७											
१०८											
१०९											
११०											
१११											
११२											
११३											
११४											
११५											
११६											
११७											
११८											
११९											
१२०											
१२१											
१२२											
१२३											
१२४											
१२५											

ुढच्या डोसची ारीख	लसीची किंमत (रु.)	लसीचे नाव व रोग	लसीचा दिनांक	पुढच्या डोसची तारीख	लसीची किंमत (रु.)	लसीचे नाव व रोग	लसीचा दिनांक	पुढच्या डोसची तारीख	लसीची किंमत (रु.)	लस कोणी दिली

लसीकरण विषयक नोंदी :

अ.न.	शेळीचा ओळख नोंदणी क्रमांक	लसीचे नाव व रोग	लसीचा दिनांक	पुढच्या डोसची तारीख	लसीची किंमत (रु.)	लसीचे नाव व रोग	लसीचा दिनांक	पुढच्या डोसची तारीख	लसीची किंमत (रु.)	लसीचे नाव व रोग	लसी दिनां
१२६											
१२७											
१२८											
१२९											
१३०											
१३१											
१३२											
१३३											
१३४											
१३५											
१३६											
१३७											
१३८											
१३९											
१४०											
१४१											
१४२											
१४३											
१४४											
१४५											
१४६											
१४७											
१४८											
१४९											
१५०											

पुढच्या डोसची तारीख	लसीची किंमत (रु.)	लसीचे नाव व रोग	लसीचा दिनांक	पुढच्या डोसची तारीख	लसीची किंमत (रु.)	लसीचे नाव व रोग	लसीचा दिनांक	पुढच्या डोसची तारीख	लसीची किंमत (रु.)	लस कोणी दिली

जंतनिर्मुलन विषयक नोंदी :

अ. न.	शेळीचा ओळख नोंदणी क्रमांक	जंतनाशकाचे नाव	जंतनाशकाचा वापराचा दिनांक	देण्याचा मार्ग	जंतनाशक देण्याची पुढची तारीख	जंतनाशकाची किंमत (रु.)	जंतनाशक कोणी दिली	जंतनाशकाचे नाव	जंतनाशकाचा वापराचा दिनांक	देण्याचा मार्ग
१										
२										
३										
४										
५										
६										
७										
८										
९										
१०										
११										
१२										
१३										
१४										
१५										
१६										
१७										
१८										
१९										
२०										
२१										
२२										
२३										
२४										
२५										

ंतनाशक ण्याची ुढची तारीख	जंतनाशकाची किंमत (रु.)	जंतनाशक कोणी दिली	जंतनाशकाचे नाव	जंतनाशकाचा वापराचा दिनांक	देण्याचा मार्ग	जंतनाशक देण्याची पुढची तारीख	जंतनाशकाची किंमत (रु.)	जंतनाशक कोणी दिली

जंतनिर्मुलन विषयक नोंदी :

अ. न.	शेळीचा ओळख नोंदणी क्रमांक	जंतनाशकाचे नाव	जंतनाशकाचा वापराचा दिनांक	देण्याचा मार्ग	जंतनाशक देण्याची पुढची तारीख	जंतनाशकाची किंमत (रु.)	जंतनाशक कोणी दिली	जंतनाशकाचे नाव	जंतनाशकाचा वापराचा दिनांक	देण्याचा मार्ग
२६										
२७										
२८										
२९										
३०										
३१										
३२										
३३										
३४										
३५										
३६										
३७										
३८										
३९										
४०										
४१										
४२										
४३										
४४										
४५										
४६										
४७										
४८										
४९										
५०										

जंतनाशक देण्याची पुढची तारीख	जंतनाशकाची किंमत (रु.)	जंतनाशक कोणी दिली	जंतनाशकाचे नाव	जंतनाशकाचा वापराचा दिनांक	देण्याचा मार्ग	जंतनाशक देण्याची पुढची तारीख	जंतनाशकाची किंमत (रु.)	जंतनाशक कोणी दिली

जंतनिर्मुलन विषयक नोंदी :

अ. न.	शेळीचा ओळख नोंदणी क्रमांक	जंतनाशकाचे नाव	जंतनाशकाचा वापराचा दिनांक	देण्याचा मार्ग	जंतनाशक देण्याची पुढची तारीख	जंतनाशकाची किंमत (रु.)	जंतनाशक कोणी दिली	जंतनाशकाचे नाव	जंतनाशकाचा वापराचा दिनांक	देण्याचा मार्ग
५१										
५२										
५३										
५४										
५५										
५६										
५७										
५८										
५९										
६०										
६१										
६२										
६३										
६४										
६५										
६६										
६७										
६८										
६९										
७०										
७१										
७२										
७३										
७४										
७५										

ंतनाशक ण्याची ुढची तारीख	जंतनाशकाची किंमत (रु.)	जंतनाशक कोणी दिली	जंतनाशकाचे नाव	जंतनाशकाचा वापराचा दिनांक	देण्याचा मार्ग	जंतनाशक देण्याची पुढची तारीख	जंतनाशकाची किंमत (रु.)	जंतनाशक कोणी दिली

जंतनिर्मुलन विषयक नोंदी :

अ. न.	शेळीचा ओळख नोंदणी क्रमांक	जंतनाशकाचे नाव	जंतनाशकाचा वापराचा दिनांक	देण्याचा मार्ग	जंतनाशक देण्याची पुढची तारीख	जंतनाशकाची किंमत (रु.)	जंतनाशक कोणी दिली	जंतनाशकाचे नाव	जंतनाशकाचा वापराचा दिनांक	देण्या मार्ग
७६										
७७										
७८										
७९										
८०										
८१										
८२										
८३										
८४										
८५										
८६										
८७										
८८										
८९										
९०										
९१										
९२										
९३										
९४										
९५										
९६										
९७										
९८										
९९										
१००										

ंतनाशक ेण्याची ुढची तारीख	जंतनाशकाची किंमत (रु.)	जंतनाशक कोणी दिली	जंतनाशकाचे नाव	जंतनाशकाचा वापराचा दिनांक	देण्याचा मार्ग	जंतनाशक देण्याची पुढची तारीख	जंतनाशकाची किंमत (रु.)	जंतनाशक कोणी दिली

जंतनिर्मुलन विषयक नोंदी :

अ. न.	शेळीचा ओळख नोंदणी क्रमांक	जंतनाशकाचे नाव	जंतनाशकाचा वापराचा दिनांक	देण्याचा मार्ग	जंतनाशक देण्याची पुढची तारीख	जंतनाशकाची किंमत (रु.)	जंतनाशक कोणी दिली	जंतनाशकाचे नाव	जंतनाशकाचा वापराचा दिनांक	देण्याचा मार्ग
१०१										
१०२										
१०३										
१०४										
१०५										
१०६										
१०७										
१०८										
१०९										
११०										
१११										
११२										
११३										
११४										
११५										
११६										
११७										
११८										
११९										
१२०										
१२१										
१२२										
१२३										
१२४										
१२५										

ंतनाशक ण्याची ुढची तारीख	जंतनाशकाची किंमत (रु.)	जंतनाशक कोणी दिली	जंतनाशकाचे नाव	जंतनाशकाचा वापराचा दिनांक	देण्याचा मार्ग	जंतनाशक देण्याची पुढची तारीख	जंतनाशकाची किंमत (रु.)	जंतनाशक कोणी दिली

जंतनिर्मुलन विषयक नोंदी :

अ. न.	शेळीचा ओळख नोंदणी क्रमांक	जंतनाशकाचे नाव	जंतनाशकाचा वापराचा दिनांक	देण्याचा मार्ग	जंतनाशक देण्याची पुढची तारीख	जंतनाशकाची किंमत (रु.)	जंतनाशक कोणी दिली	जंतनाशकाचे नाव	जंतनाशकाचा वापराचा दिनांक	देण्याच मार्ग
१२६										
२२७										
१२८										
१२९										
१३०										
१३१										
१३२										
१३३										
१३४										
१३५										
१३६										
१३७										
१३८										
१३९										
१४०										
१४१										
१४२										
१४३										
१४४										
१४५										
१४६										
१४७										
१४८										
१४९										
१५०										

ंतनाशक ण्याची ुढची तारीख	जंतनाशकाची किंमत (रु.)	जंतनाशक कोणी दिली	जंतनाशकाचे नाव	जंतनाशकाचा वापराचा दिनांक	देण्याचा मार्ग	जंतनाशक देण्याची पुढची तारीख	जंतनाशकाची किंमत (रु.)	जंतनाशक कोणी दिली

रोगांच्या चाचण्याविषयीच्या नोंदी :

अ.न.	शेळीचा ओळख नोंदणी क्रमांक	दिनांक	रोगाचे नाव	चाचणीचे नाव	डॉक्टरचे नाव	प्रयोगशाळेचे नाव
१						
२						
३						
४						
५						
६						
७						
८						
९						
१०						
११						
१२						
१३						
१४						
१५						
१६						
१७						
१८						
१९						
२०						

अंतिम निरीक्षण	चाचणीचा निकाल	चाचणीसाठी आलेला खर्च रु.	केलेला उपाय

प्रौढ शेळ्यांच्या वजन विषयक नोंदी (किलोमध्ये):

अ.न.	शेळीचा ओळख नोंदणी क्रमांक	जन्मतारीख	लिंग	जन्मताचे वजन	वय	वजनाचा दिनांक	वजन किलोग्राम	वजनामधील वाढ	वय
१									
२									
३									
४									
५									
६									
७									
८									
९									
१०									
११									
१२									
१३									
१४									
१५									
१६									
१७									
१८									
१९									
२०									
२१									
२२									
२३									
२४									
२५									
२६									
२७									
२८									
२९									
३०									

वजनाचा दिनांक	वजन किलोग्राम	वजनामधील वाढ	वय	वजनाचा दिनांक	वजन किलोग्राम	वजनामधील वाढ	शेरा

प्रौढ शेळ्यांच्या वजन विषयक नोंदी (किलोमध्ये):

अ.न.	शेळीचा ओळख नोंदणी क्रमांक	जन्मतारीख	लिंग	जन्मताचे वजन	वय	वजनाचा दिनांक	वजन किलोग्राम	वजनामधील वाढ	वय
३१									
३२									
३३									
३४									
३५									
३६									
३७									
३८									
३९									
४०									
४१									
४२									
४२									
४४									
४५									
४६									
४७									
४८									
४९									
५०									
५१									
५२									
५३									
५४									
५५									
५६									
५७									
५८									
५९									
६०									

वजनाचा दिनांक	वजन किलोग्राम	वजनामधील वाढ	वय	वजनाचा दिनांक	वजन किलोग्राम	वजनामधील वाढ	शेरा

लहान करडांच्या / पिल्लांच्या (नरांच्या) वजन विषयक नोंदी (किलोमध्ये) :

अ.न.	पिल्लाचा नोंदणी क्रमांक	जन्मतारीख	जन्मताचे वजन	लिंग	वय	वजनाचा दिनांक	वजन किलोग्राम	वजनामधील वाढ	वय
१									
२									
३									
४									
५									
६									
७									
८									
९									
१०									
११									
१२									
१३									
१४									
१५									
१६									
१७									
१८									
१९									
२०									
२१									
२२									
२३									
२४									
२५									

वजनाचा दिनांक	वजन किलोग्राम	वजनामधील वाढ	वय	वजनाचा दिनांक	वजन किलोग्राम	वजनामधील वाढ	शेरा

लहान करडांच्या / पिल्लांच्या (नरांच्या) वजन विषयक नोंदी (किलोमध्ये) :

अ.न.	पिल्लाचा नोंदणी क्रमांक	जन्मतारीख	जन्मताचे वजन	लिंग	वय	वजनाचा दिनांक	वजन किलोग्राम	वजनामधील वाढ	वय
२६									
२७									
२८									
२९									
३०									
३१									
३२									
३३									
३४									
३५									
३६									
३७									
३८									
३९									
४०									
४१									
४२									
४३									
४४									
४५									
४६									
४७									
४८									
४९									
५०									

वजनाचा दिनांक	वजन किलोग्राम	वजनामधील वाढ	वय	वजनाचा दिनांक	वजन किलोग्राम	वजनामधील वाढ	शेरा

लहान करडांच्या / पिल्लांच्या (माद्यांच्या) वजन विषयक नोंदी (किलोमध्ये) :

अ.न.	पिल्लाचा नोंदणी क्रमांक	जन्मतारीख	जन्मताचे वजन	लिंग	वय	वजनाचा दिनांक	वजन किलोग्राम	वजनामधील वाढ	वय
१									
२									
३									
४									
५									
६									
७									
८									
९									
१०									
११									
१२									
१३									
१४									
१५									
१६									
१७									
१८									
१९									
२०									
२१									
२२									
२३									
२४									
२५									

वजनाचा दिनांक	वजन किलोग्राम	वजनामधील वाढ	वय	वजनाचा दिनांक	वजन किलोग्राम	वजनामधील वाढ	शेरा

लहान करडांच्या / पिल्लांच्या (माद्यांच्या) वजन विषयक नोंदी (किलोमध्ये) :

अ.न.	पिल्लाचा नोंदणी क्रमांक	जन्मतारीख	जन्मताचे वजन	लिंग	वय	वजनाचा दिनांक	वजन किलोग्राम	वजनामधील वाढ	वय
२६									
२७									
२८									
२९									
३०									
३१									
३२									
३३									
३४									
३५									
३६									
३७									
३८									
३९									
४०									
४१									
४२									
४३									
४४									
४५									
४६									
४७									
४८									
४९									
५०									

वजनाचा दिनांक	वजन किलोग्राम	वजनामधील वाढ	वय	वजनाचा दिनांक	वजन किलोग्राम	वजनामधील वाढ	शेरा

शेळीची दर महिन्याची शारीरिक स्थिती :

किती महिन्याची गाभण	(महिने)	भाकड व किती महिन्याची गाभण	(महिने)
दुभती पण किती महिन्याची गाभण	(महिने)	६ महिन्यापर्यंतचे नर करडू	(महिने)
६ ते १० महिन्याचे नर करडू / शेळी	(महिने)	पहिल्यांदा गाभण	(महिने)

अ.न.	शेळीचा ओळख नोंदणी क्रमांक	लिंग	जानेवारी	फेब्रुवारी	मार्च	एप्रिल	मे
१							
२							
३							
४							
५							
६							
७							
८							
९							
१०							
११							
१२							
१३							
१४							
१५							
१६							
१७							
१८							
१९							
२०							
२१							
२२							

किती महिन्याची दुभती:	(महिने)	भाकड:	(महिने)
६ महिन्यापर्यंतचे मादी करडू	(महिने)	६ ते १० महिन्याचे मादी करडू / शेळी	(महिने)

जून	जुलै	ऑगस्ट	सप्टेंबर	ऑक्टोंबर	नोव्हेंबर	डिसेंबर

शेळीची दर महिन्याची शारीरिक स्थिती:

किती महिन्याची गाभण	(महिने)	भाकड व किती महिन्याची गाभण	(महिने)
दुभती पण किती महिन्याची गाभण	(महिने)	६ महिन्यापर्यंतचे नर करडू	(महिने)
६ ते १० महिन्याचे नर करडू / शेळी	(महिने)	पहिल्यांदा गाभण	(महिने)

अ.न.	शेळीचा ओळख नोंदणी क्रमांक	लिंग	जानेवारी	फेब्रुवारी	मार्च	एप्रिल	मे
२३							
२४							
२५							
२६							
२७							
२८							
२९							
३०							
३१							
३२							
३३							
३४							
३५							
३६							
३७							
३८							
३९							
४०							
४१							
४२							
४३							
४४							

किती महिन्याची दुभती:	(महिने)	भाकड:	(महिने)
६ महिन्यापर्यंतचे मादी करडू	(महिने)	६ ते १० महिन्याचे मादी करडू / शेळी	(महिने)

जून	जुलै	ऑगस्ट	सप्टेंबर	ऑक्टोंबर	नोव्हेंबर	डिसेंबर

शेळीची दर महिन्याची शारीरिक स्थिती:

किती महिन्याची गाभण	(महिने)	भाकड व किती महिन्याची गाभण	(महिने)
दुभती पण किती महिन्याची गाभण	(महिने)	६ महिन्यापर्यंतचे नर करडू	(महिने)
६ ते १० महिन्याचे नर करडू / शेळी	(महिने)	पहिल्यांदा गाभण	(महिने)

अ.न.	शेळीचा ओळख नोंदणी क्रमांक	लिंग	जानेवारी	फेब्रुवारी	मार्च	एप्रिल	मे
४५							
४६							
४७							
४८							
४९							
५०							
५१							
५२							
५३							
५४							
५५							
५६							
५७							
५८							
५९							
६०							
६१							
६२							
६३							
६४							
६५							
६६							

किती महिन्याची दुभती:	(महिने)	भाकड:	(महिने)
६ महिन्यापर्यंतचे मादी करडू	(महिने)	६ ते १० महिन्याचे मादी करडू / शेळी	(महिने)

जून	जुलै	ऑगस्ट	सप्टेंबर	ऑक्टोंबर	नोव्हेंबर	डिसेंबर

शेळीची दर महिन्याची शारीरिक स्थिती:

किती महिन्याची गाभण	(महिने)	भाकड व किती महिन्याची गाभण	(महिने)
दुभती पण किती महिन्याची गाभण	(महिने)	६ महिन्यापर्यंतचे नर करडू	(महिने)
६ ते १० महिन्याचे नर करडू / शेळी	(महिने)	पहिल्यांदा गाभण	(महिने)

अ.न.	शेळीचा ओळख नोंदणी क्रमांक	लिंग	जानेवारी	फेब्रुवारी	मार्च	एप्रिल	मे
६७							
६८							
६९							
७०							
७१							
७२							
७३							
७४							
७५							
७६							
७७							
७८							
७९							
८०							
८१							
८२							
८३							
८४							
८५							
८६							
८७							
८८							

किती महिन्याची दुभती:	(महिने)	भाकड:	(महिने)
६ महिन्यापर्यंतचे मादी करडू	(महिने)	६ ते १० महिन्याचे मादी करडू / शेळी	(महिने)

जून	जुलै	ऑगस्ट	सप्टेंबर	ऑक्टोंबर	नोव्हेंबर	डिसेंबर

शेळीची दर महिन्याची शारीरिक स्थिती:

किती महिन्याची गाभण	(महिने)	भाकड व किती महिन्याची गाभण	(महिने)
दुभती पण किती महिन्याची गाभण	(महिने)	६ महिन्यापर्यंतचे नर करडू	(महिने)
६ ते १० महिन्याचे नर करडू / शेळी	(महिने)	पहिल्यांदा गाभण	(महिने)

अ.न.	शेळीचा ओळख नोंदणी क्रमांक	लिंग	जानेवारी	फेब्रुवारी	मार्च	एप्रिल	मे
८९							
९०							
९१							
९२							
९३							
९४							
९५							
९६							
९७							
९८							
९९							
१००							
१०१							
१०२							
१०३							
१०४							
१०५							
१०६							
१०७							
१०८							
१०९							
११०							

किती महिन्याची दुभती:	(महिने)	भाकड:	(महिने)
६ महिन्यापर्यंतचे मादी करडू	(महिने)	६ ते १० महिन्याचे मादी करडू / शेळी	(महिने)

जून	जुलै	ऑगस्ट	सप्टेंबर	ऑक्टोंबर	नोव्हेंबर	डिसेंबर

शेळीची दर महिन्याची शारीरिक स्थिती:

किती महिन्याची गाभण	(महिने)	भाकड व किती महिन्याची गाभण	(महिने)
दुभती पण किती महिन्याची गाभण	(महिने)	६ महिन्यापर्यंतचे नर करडू	(महिने)
६ ते १० महिन्याचे नर करडू / शेळी	(महिने)	पहिल्यांदा गाभण	(महिने)

अ.न.	शेळीचा ओळख नोंदणी क्रमांक	लिंग	जानेवारी	फेब्रुवारी	मार्च	एप्रिल	मे
१११							
११२							
११३							
११४							
११५							
११६							
११७							
११८							
११९							
१२०							
१२१							
१२२							
१२३							
१२४							
१२५							
१२६							
१२७							
१२८							
१२९							
१३०							
१३१							
१३२							

किती महिन्याची दुभती:	(महिने)	भाकड:	(महिने)
६ महिन्यापर्यंतचे मादी करडू	(महिने)	६ ते १० महिन्याचे मादी करडू / शेळी	(महिने)

जून	जुलै	ऑगस्ट	सप्टेंबर	ऑक्टोंबर	नोव्हेंबर	डिसेंबर

शेळीची दर महिन्याची शारीरिक स्थिती:

किती महिन्याची गाभण	(महिने)	भाकड व किती महिन्याची गाभण	(महिने)
दुभती पण किती महिन्याची गाभण	(महिने)	६ महिन्यापर्यंतचे नर करडू	(महिने)
६ ते १० महिन्याचे नर करडू / शेळी	(महिने)	पहिल्यांदा गाभण	(महिने)

अ.न.	शेळीचा ओळख नोंदणी क्रमांक	लिंग	जानेवारी	फेब्रुवारी	मार्च	एप्रिल	मे
१३३							
१३४							
१३५							
१३६							
१३७							
१३८							
१३९							
१४०							
१४१							
१४२							
१४३							
१४४							
१४५							
१४६							
१४७							
१४८							
१४९							
१५०							

किती महिन्याची दुभती:	(महिने)	भाकड:	(महिने)
६ महिन्यापर्यंतचे मादी करडू	(महिने)	६ ते १० महिन्याचे मादी करडू / शेळी	(महिने)

जून	जुलै	ऑगस्ट	सप्टेंबर	ऑक्टोंबर	नोव्हेंबर	डिसेंबर

	लिंग	जानेवारी	फेब्रुवारी	मार्च	एप्रिल
एकूण गाभण शेळ्यांची संख्या					
एकूण भाकड व गाभण शेळ्यांची संख्या					
एकूण दुभत्या शेळ्यांची संख्या					
एकूण भाकड शेळ्यांची संख्या					
एकूण दुभती पण गाभण शेळ्यांची संख्या					
एकूण ६ महिन्यापर्यंतचे मादी करडांची संख्या					
एकूण ६ महिन्यापर्यंतचे नर करडांची संख्या					
एकूण ६ ते १० महिन्याचे मादी करडू / शेळ्यांची संख्या					
एकूण ६ ते १० महिन्याचे नर करडू / बोकडांची संख्या					
एकूण पहिल्यांदा गाभण शेळ्यांची संख्या					

मे	जून	जुलै	ऑगस्ट	सप्टेंबर	ऑक्टोबर	नोव्हेंबर	डिसेंबर

आहाराविषयक नोंदी

खाद्याचा प्रकारः

खाद्याचा प्रकारः	ओला चारा (किलो)	वाळलेला चारा (किलो)	खुराक (किलो)	खनिजमिश्रण (ग्राम)	वर्षामध्ये ओल्या चाऱ्यावरील एकूण खर्च

वर्षः

जानेवारी																	
	१	२	३	४	५	६	७	८	९	१०	११	१२	१३	१४	१५	१६	१७
फार्मवरील एकूण शेळ्या :																	
प्रौढः																	
नर :																	
माद्या :																	
करडे :																	
नर :																	
माद्या :																	
एकूण ओला चारा																	
एकूण वाळलेला चारा																	
एकूण खुराक																	
एकूण खनिजमिश्रण																	

फेब्रुवारी

	१	२	३	४	५	६	७	८	९	१०	११	१२	१३	१४	१५	१६
फार्मवरील एकूण शेळ्या :																
प्रौढः																
नर :																
माद्या :																
करडे :																
नर :																
माद्या :																
एकूण ओला चारा																
एकूण वाळलेला चारा																
एकूण खुराक																
एकूण खनिजमिश्रण																

र्षामध्ये वाळल्या चाऱ्यावरील एकूण खर्च (रु.)	वर्षामध्ये खुराकावरील एकूण खर्च (रु.)	वर्षामध्ये खनिजमिश्रनावरील एकूण खर्च (रु.)

१८	१९	२०	२१	२२	२३	२४	२५	२६	२७	२८	२९	३०	३१	एकूण किती किलो	एकूण किंमत खर्च रु.

१७	१८	१९	२०	२१	२२	२३	२४	२५	२६	२७	२८	एकूण किती किलो	एकूण किंमत खर्च रु.

आहाराविषयक नोंदी
खाद्याचा प्रकार:

	मार्च																
	१	२	३	४	५	६	७	८	९	१०	११	१२	१३	१४	१५	१६	१७
फार्मवरील एकूण शेळ्या :																	
प्रौढः																	
नर :																	
माद्या :																	
करडे :																	
नर :																	
माद्या :																	
एकूण ओला चारा																	
एकूण वाळलेला चारा																	
एकूण खुराक																	
एकूण खनिजमिश्रण																	

एप्रिल

	१	२	३	४	५	६	७	८	९	१०	११	१२	१३	१४	१५	१६	१७
फार्मवरील एकूण शेळ्या :																	
प्रौढः																	
नर :																	
माद्या :																	
करडे :																	
नर :																	
माद्या :																	
एकूण ओला चारा																	
एकूण वाळलेला चारा																	
एकूण खुराक																	
एकूण खनिजमिश्रण																	

१८	१९	२०	२१	२२	२३	२४	२५	२६	२७	२८	२९	३०	३१	एकूण किती किलो	एकूण किंमत खर्च रु.

१८	१९	२०	२१	२२	२३	२४	२५	२६	२७	२८	२९	३०	एकूण किती किलो	एकूण किंमत खर्च रु.

आहाराविषयक नोंदी
खाद्याचा प्रकारः

मे																	
	१	२	३	४	५	६	७	८	९	१०	११	१२	१३	१४	१५	१६	१७
फार्मवरील एकूण शेळ्या :																	
प्रौढः																	
नर :																	
माद्या :																	
करडे :																	
नर :																	
माद्या :																	
एकूण ओला चारा																	
एकूण वाळलेला चारा																	
एकूण खुराक																	
एकूण खनिजमिश्रण																	

जून

	१	२	३	४	५	६	७	८	९	१०	११	१२	१३	१४	१५	१६	१७
फार्मवरील एकूण शेळ्या :																	
प्रौढः																	
नर :																	
माद्या :																	
करडे :																	
नर :																	
माद्या :																	
एकूण ओला चारा																	
एकूण वाळलेला चारा																	
एकूण खुराक																	
एकूण खनिजमिश्रण																	

१८	१९	२०	२१	२२	२३	२४	२५	२६	२७	२८	२९	३०	३१	एकूण किती किलो	एकूण किंमत खर्च रु.

१८	१९	२०	२१	२२	२३	२४	२५	२६	२७	२८	२९	३०	एकूण किती किलो	एकूण किंमत खर्च रु.

आहाराविषयक नोंदी
खाद्याचा प्रकारः

जुलै																	
	१	२	३	४	५	६	७	८	९	१०	११	१२	१३	१४	१५	१६	१७
फार्मवरील एकूण शेळ्या :																	
प्रौढः																	
नर :																	
माद्या :																	
करडे :																	
नर :																	
माद्या :																	
एकूण ओला चारा																	
एकूण वाळलेला चारा																	
एकूण खुराक																	
एकूण खनिजमिश्रण																	

ऑगस्ट

	१	२	३	४	५	६	७	८	९	१०	११	१२	१३	१४	१५	१६	१७
फार्मवरील एकूण शेळ्या :																	
प्रौढः																	
नर :																	
माद्या :																	
करडे :																	
नर :																	
माद्या :																	
एकूण ओला चारा																	
एकूण वाळलेला चारा																	
एकूण खुराक																	
एकूण खनिजमिश्रण																	

१८	१९	२०	२१	२२	२३	२४	२५	२६	२७	२८	२९	३०	३१	**एकूण किती किलो**	**एकूण किंमत खर्च**

१८	१९	२०	२१	२२	२३	२४	२५	२६	२७	२८	२९	३०	३१	**एकूण किती किलो**	**एकूण किंमत खर्च**

आहाराविषयक नोंदी
खाद्याचा प्रकार:

सप्टेंबर

	१	२	३	४	५	६	७	८	९	१०	११	१२	१३	१४	१५	१६	१७
फार्मवरील एकूण शेळ्या :																	
प्रौढः																	
नर :																	
माद्या :																	
करडे :																	
नर :																	
माद्या :																	
एकूण ओला चारा																	
एकूण वाळलेला चारा																	
एकूण खुराक																	
एकूण खनिजमिश्रण																	

ऑक्टोंबर

	१	२	३	४	५	६	७	८	९	१०	११	१२	१३	१४	१५	१६	१७
फार्मवरील एकूण शेळ्या :																	
प्रौढः																	
नर :																	
माद्या :																	
करडे :																	
नर :																	
माद्या :																	
एकूण ओला चारा																	
एकूण वाळलेला चारा																	
एकूण खुराक																	
एकूण खनिजमिश्रण																	

१८	१९	२०	२१	२२	२३	२४	२५	२६	२७	२८	२९	३०	एकूण किती किलो	एकूण किंमत खर्च रु.

१८	१९	२०	२१	२२	२३	२४	२५	२६	२७	२८	२९	३०	३१	एकूण किती किलो	एकूण किंमत खर्च

आहाराविषयक नोंदी
खाद्याचा प्रकारः

नोव्हेंबर

	१	२	३	४	५	६	७	८	९	१०	११	१२	१३	१४	१५	१६	१७
फार्मवरील एकूण शेळ्या :																	
प्रौढः																	
नर :																	
माद्या :																	
करडे :																	
नर :																	
माद्या :																	
एकूण ओला चारा																	
एकूण वाळलेला चारा																	
एकूण खुराक																	
एकूण खनिजमिश्रण																	

डिसेंबर

	१	२	३	४	५	६	७	८	९	१०	११	१२	१३	१४	१५	१६	१७
फार्मवरील एकूण शेळ्या :																	
प्रौढः																	
नर :																	
माद्या :																	
करडे :																	
नर :																	
माद्या :																	
एकूण ओला चारा																	
एकूण वाळलेला चारा																	
एकूण खुराक																	
एकूण खनिजमिश्रण																	

१८	१९	२०	२१	२२	२३	२४	२५	२६	२७	२८	२९	३०	**एकूण किती किलो**	**एकूण किंमत खर्च रु.**

१८	१९	२०	२१	२२	२३	२४	२५	२६	२७	२८	२९	३०	३१	**एकूण किती किलो**	**एकूण किंमत खर्च**

औषध खरेदी नोंदी :

अ. न.	औषधाचे नाव	खरेदीची तारीख	विक्रेत्याचा तपशील	ब्याच नंबर	पॅक संख्या	दर	दरात सवलत टक्केवा
१							
२							
३							
४							
५							
६							
७							
८							
९							
१०							
११							
१२							
१३							
१४							
१५							
१६							
१७							
१८							
१९							
२०							

एकूण रक्कम	वापर संपण्याची तारीख	बिल नंबर	या तारखेचा स्टॉक	या तारखेचा स्टॉक	या तारखेचा स्टॉक

औषध खरेदी नोंदी :

अ. न.	औषधाचे नाव	खरेदीची तारीख	विक्रेत्याचा तपशील	ब्याच नंबर	पॅक संख्या	दर	दरात सवलत टक्केवा
२१							
२२							
२३							
२४							
२५							
२६							
२७							
२८							
२९							
३०							
३१							
३२							
३३							
३४							
३५							
३६							
३७							
३८							
३९							
४०							

कूण रक्कम	वापर संपण्याची तारीख	बिल नंबर	या तारखेचा स्टॉक	या तारखेचा स्टॉक	या तारखेचा स्टॉक

बोकडाच्या वीर्य खरेदीच्या नोंदी :

अ. न.	विर्याचा तपशील (जात, टक्केवारी)	खरेदीची तारीख	विक्रेत्याचा तपशील	ब्याच नंबर	पॅक संख्या	दर	दरात सवलत टक्के
१							
२							
३							
४							
५							
६							
७							
८							
९							
१०							
११							
१२							
१३							
१४							
१५							
१६							
१७							
१८							
१९							
२०							

एकूण रक्कम	वापर संपण्याची तारीख	बिल नंबर	या तारखेचा स्टॉक	या तारखेचा स्टॉक	या तारखेचा स्टॉक

बोकडाच्या वीर्य खरेदीच्या नोंदी :

अ. न.	विर्याचा तपशील (जात, टक्केवारी)	खरेदीची तारीख	विक्रेत्याचा तपशील	ब्याच नंबर	पॅक संख्या	दर	दरात सवलत टक्के
२१							
२२							
२३							
२४							
२५							
२६							
२७							
२८							
२९							
३०							
३१							
३२							
३३							
३४							
३५							
३६							
३७							
३८							
३९							
४०							

एकूण रक्कम	वापर संपण्याची तारीख	बिल नंबर	या तारखेचा स्टॉक	या तारखेचा स्टॉक	या तारखेचा स्टॉक

चारा पिक किंवा धान्याचे पिक लागवडी विषयक नोंदी :

महिना	वर्ष								
	चारा पिकाचे नाव	लागवडीची तारीख	लागवडीखालील जमीन क्षेत्र	उत्पादन खर्च	पहिल्यांदा कट करण्याची तारीख व उत्पादन	दुसऱ्यांदा कट करण्याची तारीख व उत्पादन	तिसऱ्यांदा कट करण्याची तारीख व उत्पादन	एकूण उत्पादन (क्विंटल)	धान्ये / बियाणे विक्रीतून मिळालेली रक्कम
जानेवारी									
फेब्रुवारी									
मार्च									
एप्रिल									
मे									
जून									

चारा पिकाचे नाव	लागवडीची तारीख	लागवडीखालील जमीन क्षेत्र	उत्पादन खर्च	पहिल्यांदा कट करण्याची तारीख व उत्पादन	दुसऱ्यांदा कट करण्याची तारीख व उत्पादन	तिसऱ्यांदा कट करण्याची तारीख व उत्पादन	एकूण उत्पादन (क्विंटल)	धान्ये / बियाणे विक्रीतून मिळालेली रक्कम

चारा पिक किंवा धान्याचे पिक लागवडी विषयक नोंदी:

महिना	वर्ष								
	चारा पिकाचे नाव	लागवडीची तारीख	लागवडीखालील जमीन क्षेत्र	उत्पादन खर्च	पहिल्यांदा कट करण्याची तारीख व उत्पादन	दुसऱ्यांदा कट करण्याची तारीख व उत्पादन	तिसऱ्यांदा कट करण्याची तारीख व उत्पादन	एकूण उत्पादन (क्विंटल)	धान्य / बियाण विक्रीतून मिळालेली रक्कम
जुलै									
ऑगस्ट									
सप्टेंबर									
ऑक्टोंबर									
नोव्हेंबर									
डिसेंबर									

चारा पिकाचे नाव	लागवडीची तारीख	लागवडीखालील जमीन क्षेत्र	उत्पादन खर्च	पहिल्यांदा कट करण्याची तारीख व उत्पादन	दुसऱ्यांदा कट करण्याची तारीख व उत्पादन	तिसऱ्यांदा कट करण्याची तारीख व उत्पादन	एकूण उत्पादन (क्विंटल)	धान्य / बियाणे विक्रीतून मिळालेली रक्कम

शेळीच्या जमा खर्च विषयीच्या नोंदी :

	खर्चाच्या नोंदी				
अ.न.	तारीख	कशावर खर्च केला	खर्चाचे कारण	एकूण रक्कम	रक्कम कुणाला दिली व बि
१					
२					
३					
४					
५					
६					
७					
८					
९					
१०					
११					
१२					
१३					
१४					
१५					
१६					
१७					
१८					
१९					
२०					
२१					
२२					
२३					
२४					
२५					

मिळकतीच्या नोंदी

तारीख	कशातून मिळकत झाली	मिळकतीचे कारण	एकूण रक्कम	रक्कम कुणाकडून मिळाली व बिल नं

शेळीच्या जमा खर्च विषयीच्या नोंदी :

	खर्चाच्या नोंदी				
अ.न.	तारीख	कशावर खर्च केला	खर्चाचे कारण	एकूण रक्कम	रक्कम कुणाला दिली व बि
२६					
२७					
२८					
२९					
३०					
३१					
३२					
३३					
३४					
३५					
३६					
३७					
३८					
३९					
४०					
४१					
४२					
४३					
४४					
४५					
४६					
४७					
४८					
४९					
५०					

मिळकतीच्या नोंदी

तारीख	कशातून मिळकत झाली	मिळकतीचे कारण	एकूण रक्कम	रक्कम कुणाकडून मिळाली व बिल नं

शेळीच्या जमा खर्च विषयीच्या नोंदी :

	खर्चाच्या नोंदी				
अ.न.	तारीख	कशावर खर्च केला	खर्चाचे कारण	एकूण रक्कम	रक्कम कुणाला दिली व बि
५१					
५२					
५३					
५४					
५५					
५६					
५७					
५८					
५९					
६०					
६१					
६२					
६३					
६४					
६५					
६६					
६७					
६८					
६९					
७०					
७१					
७२					
७३					
७४					
७५					

मिळकतीच्या नोंदी

तारीख	कशातून मिळकत झाली	मिळकतीचे कारण	एकूण रक्कम	रक्कम कुणाकडून मिळाली व बिल नं

शेळीच्या जमा खर्च विषयीच्या नोंदी :

	खर्चाच्या नोंदी				
अ.न.	तारीख	कशावर खर्च केला	खर्चाचे कारण	एकूण रक्कम	रक्कम कुणाला दिली व बि
७६					
७७					
७८					
७९					
८०					
८१					
८२					
८३					
८४					
८५					
८६					
८७					
८८					
८९					
९०					
९१					
९२					
९३					
९४					
९५					
९६					
९७					
९८					
९९					
१००					

मिळकतीच्या नोंदी

तारीख	कशातून मिळकत झाली	मिळकतीचे कारण	एकूण रक्कम	रक्कम कुणाकडून मिळाली व बिल नं

कामगार विषयीच्या नोंदी :

अ.न.	कामगाराचे नाव	संपूर्ण पत्ता	मोबाईल नंबर
१			
२			
३			
४			
५			
६			
७			
८			
९			
१०			

कामावर रुजू झाल्याची तारीख	दर दिवसाचा पगार	पगाराची रक्कम	पगाराची तारीख	काम सोडल्याची तारीख	अतिरिक्त पैशाची रक्कम व तारीख

कामगाराचे पूर्ण नाव :					
संक्षिप्त नाव :					

कामगाराचे हजेरीपत्रक :

जानेवारी																			
का. नाव	१	२	३	४	५	६	७	८	९	१०	११	१२	१३	१४	१५	१६	१७	१८	१९

फेब्रुवारी

का. नाव	१	२	३	४	५	६	७	८	९	१०	११	१२	१३	१४	१५

वर्षः

२०	२१	२२	२३	२४	२५	२६	२७	२८	२९	३०	३१	एकूण हजरदिवस	रु. पगार / दिवस	एकूण पगार रु.

१६	१७	१८	१९	२०	२१	२२	२३	२४	२५	२६	२७	२८	एकूण हजरदिवस	रु. पगार / दिवस	एकूण पगार रु.

कामगाराचे पूर्ण नाव :					
संक्षिप्त नाव :					

कामगाराचे हजेरीपत्रक :

मार्च																			
का. नाव	१	२	३	४	५	६	७	८	९	१०	११	१२	१३	१४	१५	१६	१७	१८	१९

एप्रिल

का. नाव	१	२	३	४	५	६	७	८	९	१०	११	१२	१३	१४	१५	१६	१७	१८

२०	२१	२२	२३	२४	२५	२६	२७	२८	२९	३०	३१	एकूण हजरदिवस	रु. पगार / दिवस	एकूण पगार रु.

१९	२०	२१	२२	२३	२४	२५	२६	२७	२८	२९	३०	एकूण हजरदिवस	रु. पगार / दिवस	एकूण पगार रु.

कामगाराचे पूर्ण नाव :					
संक्षिप्त नाव :					

कामगाराचे हजेरीपत्रक :

मे																			
का. नाव	१	२	३	४	५	६	७	८	९	१०	११	१२	१३	१४	१५	१६	१७	१८	१९

जून

का. नाव	१	२	३	४	५	६	७	८	९	१०	११	१२	१३	१४	१५	१६	१७	१८

२०	२१	२२	२३	२४	२५	२६	२७	२८	२९	३०	३१	एकूण हजरदिवस	रु. पगार / दिवस	एकूण पगार रु.

१९	२०	२१	२२	२३	२४	२५	२६	२७	२८	२९	३०	एकूण हजरदिवस	रु. पगार / दिवस	एकूण पगार रु.

कामगाराचे पूर्ण नाव :					
संक्षिप्त नाव :					

कामगाराचे हजेरीपत्रक :

जुलै

का. नाव	१	२	३	४	५	६	७	८	९	१०	११	१२	१३	१४	१५	१६	१७	१८	१९

ऑगस्ट

का. नाव	१	२	३	४	५	६	७	८	९	१०	११	१२	१३	१४	१५	१६	१७	१८	१९

२०	२१	२२	२३	२४	२५	२६	२७	२८	२९	३०	३१	एकूण हजरदिवस	रु. पगार / दिवस	एकूण पगार रु.

२०	२१	२२	२३	२४	२५	२६	२७	२८	२९	३०	३१	एकूण हजरदिवस	रु. पगार / दिवस	एकूण पगार रु.

कामगाराचे पूर्ण नाव :					
संक्षिप्त नाव :					

कामगाराचे हजेरीपत्रक :

सप्टेंबर

का. नाव	१	२	३	४	५	६	७	८	९	१०	११	१२	१३	१४	१५	१६	१७	१८

ऑक्टोबर

का. नाव	१	२	३	४	५	६	७	८	९	१०	११	१२	१३	१४	१५	१६	१७	१८	१९

१९	२०	२१	२२	२३	२४	२५	२६	२७	२८	२९	३०	एकूण हजरदिवस	रु. पगार / दिवस	एकूण पगार रु.

२०	२१	२२	२३	२४	२५	२६	२७	२८	२९	३०	३१	एकूण हजरदिवस	रु. पगार / दिवस	एकूण पगार रु.

कामगाराचे पूर्ण नाव :					
संक्षिप्त नाव :					

कामगाराचे हजेरीपत्रक :

नोव्हेंबर

का. नाव	१	२	३	४	५	६	७	८	९	१०	११	१२	१३	१४	१५	१६	१७	१८

डिसेंबर

का. नाव	१	२	३	४	५	६	७	८	९	१०	११	१२	१३	१४	१५	१६	१७	१८	१९

१९	२०	२१	२२	२३	२४	२५	२६	२७	२८	२९	३०	एकूण हजरदिवस	रु. पगार / दिवस	एकूण पगार रु.

२०	२१	२२	२३	२४	२५	२६	२७	२८	२९	३०	३१	एकूण हजरदिवस	रु. पगार / दिवस	एकूण पगार रु.

दर पंधरा दिवसाची फार्मची/ प्रक्षेत्राची स्थिती :

अ.न.	निरीक्षणाची तारीख	एकूण प्रौढ नर	एकूण प्रौढ माद्या	एकूण ६ महिन्या-पर्यंतची मादी करडे	एकूण ६ महिन्या-पर्यंतची नर पिल्ले	फार्मवरील एकूण शेळ्या	निरीक्षणाची तारीख	एकूण प्रौढ नर	एकूण प्रौढ माद्या
१									
२									
३									
४									
५									
६									
७									
८									
९									
१०									
११									
१२									
१३									
१४									
१५									
१६									
१७									
१८									
१९									
२०									
२१									
२२									
२३									
२४									
२५									

एकूण ६ महिन्या-पर्यंतची मादी करडे	एकूण ६ महिन्या-पर्यंतची नर पिल्ले	फार्मवरील एकूण शेळ्या	एकूण वाढलेली नर संख्या	एकूण वाढलेल्या मद्यांची संख्या	संख्येत वाढ / कमी होण्याची कारणे

विमा तपशील :

अ.न.	शेळीचा ओळख नोंदणी क्रमांक	टॅग क्रमांक	विमा पॉलिसी नं.	विमा पॉलिसी किती तारीखेपासून सुरु	विमा पॉलिसी किती तारीखेला संपते
१					
२					
३					
४					
५					
६					
७					
८					
९					
१०					
११					
१२					
१३					
१४					
१५					
१६					
१७					
१८					
१९					
२०					
२१					
२२					
२३					
२४					
२५					

पैसे भरल्याची तारीख	विमा रक्कम	कंपनीचे व एजंटचे नाव आणि संपर्क तपशील

विमा तपशील :

अ.न.	शेळीचा ओळख नोंदणी क्रमांक	टॅग क्रमांक	विमा पॉलिसी नं.	विमा पॉलिसी किती तारीखेपासून सुरु	विमा पॉलिसी किती तारीखेला संपते
२६					
२७					
२८					
२९					
३०					
३१					
३२					
३३					
३४					
३५					
३६					
३७					
३८					
३९					
४०					
४१					
४२					
४३					
४४					
४५					
४६					
४७					
४८					
४९					
५०					

पैसे भरल्याची तारीख	विमा रक्कम	कंपनीचे व एजंटचे नाव आणि संपर्क तपशील

विमा तपशील :

अ.न.	शेळीचा ओळख नोंदणी क्रमांक	टॅग क्रमांक	विमा पॉलिसी नं.	विमा पॉलिसी किती तारीखेपासून सुरु	विमा पॉलिसी किती तारीखेला संपते
५१					
५२					
५३					
५४					
५५					
५६					
५७					
५८					
५९					
६०					
६१					
६२					
६३					
६४					
६५					
६६					
६७					
६८					
६९					
७०					
७१					
७२					
७३					
७४					
७५					

पैसे भरल्याची तारीख	विमा रक्कम	कंपनीचे व एजंटचे नाव आणि संपर्क तपशील

विमा तपशील :

अ.न.	शेळीचा ओळख नोंदणी क्रमांक	टॅग क्रमांक	विमा पॉलिसी नं.	विमा पॉलिसी किती तारीखेपासून सुरु	विमा पॉलिसी किती तारीखेला संपते
७६					
७७					
७८					
७९					
८०					
८१					
८२					
८३					
८४					
८५					
८६					
८७					
८८					
८९					
९०					
९१					
९२					
९३					
९४					
९५					
९६					
९७					
९८					
९९					
१००					

पैसे भरल्याची तारीख	विमा रक्कम	कंपनीचे व एजंटचे नाव आणि संपर्क तपशील

प्रक्षेत्रावरील स्थायी समान विषयक नोंदी :

अ. न.	सामानाचे नाव	एकूण खरेदी केलेल्या वस्तू	सामानाचे वर्णन व कंपनी	खरेदीची तारीख व बिलाचा नंबर	खरेदी किंमत व सध्याची किंमत	विक्रेत्याचे नाव व पत्ता व मोबाईल
१						
२						
३						
४						
५						
६						
७						
८						
९						
१०						
११						
१२						
१३						
१४						
१५						
१६						
१७						
१८						
१९						
२०						

वापरासाठी किती व कधी दिली	वस्तू किती तारखेला चेक केल्या	वस्तू चेक केल्यानंतरचा अहवाल	शिल्लक	अंदाजे किंमत	विल्हेवाट लावल्याची तारीख व नंबर	शेरा

प्रक्षेत्रावरील स्थायी समान विषयक नोंदी :

अ. न.	सामानाचे नाव	एकूण खरेदी केलेल्या वस्तू	सामानाचे वर्णन व कंपनी	खरेदीची तारीख व बिलाचा नंबर	खरेदी किंमत व सध्याची किंमत	विक्रेत्याचे नाव व पत्ता व मोबाईल
२१						
२२						
२३						
२४						
२५						
२६						
२७						
२८						
२९						
३०						
३१						
३२						
३३						
३४						
३५						
३६						
३७						
३८						
३९						
४०						

वापरासाठी किती व कधी दिली	वस्तू किती तारखेला चेक केल्या	वस्तू चेक केल्यानंतरचा अहवाल	शिल्लक	अंदाजे किंमत	विल्हेवाट लावल्याची तारीख व नंबर	शेरा

प्रक्षेत्रावरील स्थायी समान विषयक नोंदी :

अ. न.	सामानाचे नाव	एकूण खरेदी केलेल्या वस्तू	सामानाचे वर्णन व कंपनी	खरेदीची तारीख व बिलाचा नंबर	खरेदी किंमत व सध्याची किंमत	विक्रेत्याचे नाव व पत्ता व मोबाईल
४१						
४२						
४३						
४४						
४५						
४६						
४७						
४८						
४९						
५०						
५१						
५२						
५३						
५४						
५५						
५६						
५७						
५८						
५९						
६०						

वापरासाठी किती व कधी दिली	वस्तू किती तारखेला चेक केल्या	वस्तू चेक केल्यानंतरचा अहवाल	शिल्लक	अंदाजे किंमत	विल्हेवाट लावल्याची तारीख व नंबर	शेरा

शेळ्यांची / बोकडांची विक्री विषयक नोंदी :

अ.न.	शेळीचा ओळख नोंदणी क्रमांक	लिंग	जात	विक्री वेळची शारीरिक स्थिती	विकल्याची तारीख
१					
२					
३					
४					
५					
६					
७					
८					
९					
१०					
११					
१२					
१३					
१४					
१५					
१६					
१७					
१८					
१९					
२०					
२१					
२२					
२३					
२४					
२५					
२६					
२७					

विक्री वेळच वय	विक्री वेळच वजन	मिळालेली किंमत	कुणाला विकले	पैदाशीसाठी / कापण्यासाठी विकले

शेळ्यांची / बोकडांची विक्री विषयक नोंदी :

अ.न.	शेळीचा ओळख नोंदणी क्रमांक	लिंग	जात	विक्री वेळची शारीरिक स्थिती	विकल्याची तारीख
२८					
२९					
३०					
३१					
३२					
३३					
३४					
३५					
३६					
३७					
३८					
३९					
४०					
४१					
४२					
४३					
४४					
४५					
४६					
४७					
४८					
४९					
५०					
५१					
५२					
५३					
५४					

विक्री वेळच वय	विक्री वेळच वजन	मिळालेली किंमत	कुणाला विकले	पैदाशीसाठी / कापण्यासाठी विकले

शेळ्यांची / बोकडांची विक्री विषयक नोंदी :

अ.न.	शेळीचा ओळख नोंदणी क्रमांक	लिंग	जात	विक्री वेळची शारीरिक स्थिती	विकल्याची तारीख
५५					
५६					
५७					
५८					
५९					
६०					
६१					
६२					
६३					
६४					
६५					
६६					
६७					
६८					
६९					
७०					
७१					
७२					
७३					
७४					
७५					
७६					
७७					
७८					
७९					
८०					

विक्री वेळच वय	विक्री वेळच वजन	मिळालेली किंमत	कुणाला विकले	पैदाशीसाठी / कापण्यासाठी विकले

शेळ्यांची मरतुकविषयक नोंदी :

अ.न.	शेळीचा ओळख नोंदणी क्रमांक	लिंग	जात	मरतुकीची तारीख	मारण्या अगोदरची लक्षणे	मरतुकीचे कारण
१						
२						
३						
४						
५						
६						
७						
८						
९						
१०						
११						
१२						
१३						
१४						
१५						
१६						
१७						
१८						
१९						
२०						

मृत शरीराचे शवविच्छेदन केले का	शवविच्छेदनात काय आढळले	मरतुक टाळण्यासाठी केलेले उपाय	मरतुक टाळण्यासाठी केलेल्या उपायावरील खर्च	मरतुकीमुळे झालेले नुकसान रु.

शेळ्यांच्या हालचाल विषयक नोंदी :

अ.न.	शेळीचा ओळख नोंदणी क्रमांक	जन्मतारीख	लिंग	विकत घेतलेली तारीख	विकत घेतली असेल तर वेगळी ठेवलेले दिवस	कळपात मिसळल्याची तारीख	तारीख	कोठे होती
१								
२								
३								
४								
५								
६								
७								
८								
९								
१०								
११								
१२								
१३								
१४								
१५								
१६								
१७								
१८								
१९								
२०								
२१								
२२								
२३								
२४								
२५								

कोठे नेली	कारण	तारीख	कोठे होती	कोठे नेली	कारण

शेळ्यांच्या हालचाल विषयक नोंदी :

अ.न.	शेळीचा ओळख नोंदणी क्रमांक	जन्मतारीख	लिंग	विकत घेतलेली तारीख	विकत घेतली असेल तर वेगळी ठेवलेले दिवस	कळपात मिसळल्याची तारीख	तारीख	कोठे होती
२६								
२७								
२८								
२९								
३०								
३१								
३२								
३३								
३४								
३५								
३६								
३७								
३८								
३९								
४०								
४१								
४२								
४३								
४४								
४५								
४६								
४७								
४८								
४९								
५०								

कोठे नेली	कारण	तारीख	कोठे होती	कोठे नेली	कारण

शेळ्यांच्या हालचाल विषयक नोंदी :

अ.न.	शेळीचा ओळख नोंदणी क्रमांक	जन्मतारीख	लिंग	विकत घेतलेली तारीख	विकत घेतली असेल तर वेगळी ठेवलेले दिवस	कळपात मिसळल्याची तारीख	तारीख	कोठे होती
५१								
५२								
५३								
५४								
५५								
५६								
५७								
५८								
५९								
६०								
६१								
६२								
६३								
६४								
६५								
६६								
६७								
६८								
६९								
७०								
७१								
७२								
७३								
७४								
७५								

कोठे नेली	कारण	तारीख	कोठे होती	कोठे नेली	कारण

शेळ्यांच्या हालचाल विषयक नोंदी :

अ.न.	शेळीचा ओळख नोंदणी क्रमांक	जन्मतारीख	लिंग	विकत घेतलेली तारीख	विकत घेतली असेल तर वेगळी ठेवलेले दिवस	कळपात मिसळल्याची तारीख	तारीख	कोठे होती
७६								
७७								
७८								
७९								
८०								
८१								
८२								
८३								
८४								
८५								
८६								
८७								
८८								
८९								
९०								
९१								
९२								
९३								
९४								
९५								
९६								
९७								
९८								
९९								
१००								

कोठे नेली	कारण	तारीख	कोठे होती	कोठे नेली	कारण

शेळ्यांच्या हालचाल विषयक नोंदी :

अ.न.	शेळीचा ओळख नोंदणी क्रमांक	जन्मतारीख	लिंग	विकत घेतलेली तारीख	विकत घेतली असेल तर वेगळी ठेवलेले दिवस	कळपात मिसळल्याची तारीख	तारीख	कोठे होती
१०१								
१०२								
१०३								
१०४								
१०५								
१०६								
१०७								
१०८								
१०९								
११०								
१११								
११२								
११३								
११४								
११५								
११६								
११७								
११८								
११९								
१२०								
१२१								
१२२								
१२३								
१२४								
१२५								

कोठे नेली	कारण	तारीख	कोठे होती	कोठे नेली	कारण

शेळ्यांच्या हालचाल विषयक नोंदी :

अ.न.	शेळीचा ओळख नोंदणी क्रमांक	जन्मतारीख	लिंग	विकत घेतलेली तारीख	विकत घेतली असेल तर वेगळी ठेवलेले दिवस	कळपात मिसळल्याची तारीख	तारीख	कोठे होती
१२६								
१२७								
१२८								
१२९								
१३०								
१३१								
१३२								
१३३								
१३४								
१३५								
१३६								
१३७								
१३८								
१३९								
१४०								
१४१								
१४२								
१४३								
१४४								
१४५								
१४६								
१४७								
१४८								
१४९								
१५०								

कोठे नेली	कारण	तारीख	कोठे होती	कोठे नेली	कारण

प्रक्षेत्राला भेट देणाऱ्या व्यक्तींचा तपशिल :

अ.न.	व्यक्तीचे नाव	संपूर्ण पत्ता	भेटीचे कारण
१			
२			
३			
४			
५			
६			
७			
८			
९			
१०			
११			
१२			

फार्मबद्दल माहिती कोठून मिळाली	काय माहिती दिली	भेटीसाठी पैसे आकारले का	फार्मवर सुधारणा सुचविल्या का	शेरा

प्रक्षेत्राला भेट देणाऱ्या व्यक्तींचा तपशिल :

अ.न.	व्यक्तीचे नाव	संपूर्ण पत्ता	भेटीचे कारण
१३			
१४			
१५			
१६			
१७			
१८			
१९			
२०			
२१			
२२			
२३			
२४			

फार्मबद्दल माहिती कोठून मिळाली	काय माहिती दिली	भेटीसाठी पैसे आकारले का	फार्मवर सुधारणा सुचविल्या का	शेरा

प्रक्षेत्राला भेट देणाऱ्या व्यक्तींचा तपशिल :

अ.न.	व्यक्तीचे नाव	संपूर्ण पत्ता	भेटीचे कारण
२५			
२६			
२७			
२८			
२९			
३०			
३१			
३२			
३३			
३४			
३५			
३६			

फार्मबद्दल माहिती कोठून मिळाली	काय माहिती दिली	भेटीसाठी पैसे आकारले का	फार्मवर सुधारणा सुचविल्या का	शेरा

प्रक्षेत्राला भेट देणाऱ्या व्यक्तींचा तपशिल :

अ.न.	व्यक्तीचे नाव	संपूर्ण पत्ता	भेटीचे कारण
३७			
३८			
३९			
४०			
४१			
४२			
४३			
४४			
४५			
४६			
४७			
४८			

फार्मबद्दल माहिती कोठून मिळाली	काय माहिती दिली	भेटीसाठी पैसे आकारले का	फार्मवर सुधारणा सुचविल्या का	शेरा

प्रक्षेत्राला भेट देणाऱ्या व्यक्तींचा तपशिल :

अ.न.	व्यक्तीचे नाव	संपूर्ण पत्ता	भेटीचे कारण
४९			
५०			
५१			
५२			
५३			
५४			
५५			
५६			
५७			
५८			
५९			
६०			

फार्मबद्दल माहिती कोठून मिळाली	काय माहिती दिली	भेटीसाठी पैसे आकारले का	फार्मवर सुधारणा सुचविल्या का	शेरा

शेळ्यांची एकूण उत्पादन कामगिरी नोंदी

अ. न.	विषय	शेळ्यांची सध्याची मुल्यांकन संख्या	शेळ्यांची संदर्भ संख्या
१	शेळ्यांचे उत्पादक जीवन		१५ वर्ष
२	जीवनात एकूण वेत		८-१०
३	सरासरी विल्यानंतर गाभ जाण्यासाठी लागणारे दिवस		६० ९० दिवस
४	सरासरी दूध न देण्याचा कालावधी		३०-४० दिवस
५	सरासरी दोन वेतांमधील अंतर		२४० दिवस
६	पहिल्या वेताचे वय		१५ महिने
७	गर्भावस्था कालावधी		५ महिने (१५० दिवस)
८	प्रत्येक गर्भधारणेसाठी लागणारी कृत्रिम रेतने / बोकड दाखविला		१-२
९	सरासरी विल्यानंतर माजावर येण्यासाठी लागणारे दिवस		४५ -६० दिवस
१०	सरासरी दूध उत्पादन		जाती जाती प्रमाणे बदलते
११	जीवन वेळ दूध उत्पादन		३००० लिटर (जाती प्रमाणे बदल
१२	सरासरी फ्याट टक्केवारी		४ -५ %
१३	सरासरी एस. एन. फ़.टक्केवारी		९.० %
१४	वर्षातून किती वेळा आजारी पडते		दोन किवा तीन
१५	वयात आल्यानंतर वय		६-८ महिने
१६	माज किती दिवसाला करते		दर २१ दिवस
१७	माजाचा कालावधी.		१२-२४ तास
१८	प्रथम गाभ घालावितानाचे वय		८-१० महिने
१९	परिपक्वतेच्या वेळी वय		८-१० महिने
२०	दूध उत्पादनाचा कालावधी		९० दिवस
२१	कृत्रिम रेतने / बोकड दाखविल्यावर गर्भधारणा तपासणी		२ महिने
२२	पैदास कार्यक्षमता		७० % पेक्षा जास्त

शेळीपालन : एक शास्त्रीय दृष्टिकोन

डॉ. तेजस चंद्रकांत शेंडे

आपला भारत देश हा शेतीप्रधान विकसनशील देश मनाला जातो. ७० % लोक शेती हा मुख्य व्यवसाय करतात. पण गेल्या काही वर्षापासुन सततच्या वातावरण बदलामुले जसे कि तीव्र दुष्काळ, ओला दुष्काळ, तापमानातील वृद्धी, अपार कष्ट व तुलनेत कमी उत्पन्न, अनिश्चित बाजारभाव या कारणामुळे शेती व्यवसाय करणारे शेतकरी आत्महत्या करत आहेत. हे जर थांबवायचे असेल तर शेतीला शेतीवर आधारित पूरक व्यवसाय शोधण्याची गरज आहे. त्यातील एक प्रमुख पर्याय म्हणुन शेळीपालन हा व्यवसाय अतिशय उत्तम आहे.

शेळीपालन का करावे?

१) महात्मा गांधी म्हणतात उत्कृष्ट शेळी ही उत्कृष्ट शेळीपेक्षा नक्कीच चांगली असते पण उत्कृष्ट शेळी निकृष्ट गाई पेक्षा नक्कीच चांगली असते.	१) शेळी गरिबांची गाय आहे.
२) सध्याची मांसाची व दुधाची गरज	२) शरीर आकारमान
३) पुनरुत्पादन क्षमता व बहुउद्देशीय प्राणी	३) कमी चारा खाणारी
४) खत व कातडी	४) स्वादिष्ट मटन व कधीही कमी न होणारी लोकप्रियता
५) दिवसेंदिवस चांगल्या प्रतिचे मांस (मटण (मुख्यत्वेकरून बोकडाचे मटण)) व मांसाचे प्रक्रिया केलेल्या पदार्थाची मागणी वाढतच चालली आहे.	५) शेळ्या, करडे विक्रीसाठी वर्षभर मागणी, किफायतशीर भाव, भावात जास्त चढ-उतार नाही, शेळीचे मटणासाठी धार्मिक बंधने नाहीत.
वरील सर्व गोष्टी लक्षात घेऊन जर ठाणबंद पद्धतीने शेळीपालन हा व्यवसाय योग्य चारा नियोजन, शेड वर कमीत कमी खर्च, लसीकरण, शेळ्यांच्या पैदाशीचे नियोजन व इतर बाबीचे नियोजन करून केल्यास नक्कीच किफायतशीर आहे.	

शेळी सांख्यिकी: (According to Basic animal Husbandry Statistics 2012 Govt. Of India)

१) जगामधे एकूण शेळ्या व मेंढ्या अनुक्रमे ९२० लाख व १,०८४.६ लाख आहेत	१) भारतात एकूण शेळ्या व मेंढ्या अनुक्रमे १५४ लाख व ७४ लाख एवढ्या आहेत. भारताचा जगामध्ये क्रमांक अनुक्रमे पहिला व दुसरा आहे
२) भारतामधील एकूण शेळीपासून मिळणारे दूध ४,५९४ टन इतके आहे व महाराष्ट्रमधे २७३ टन इतके आहे	२) भारताचे मटन एकुण उत्पन्न ५.१ लाख टन एवढे असून त्यामधे भारताचे शेळीचे मटन उत्पादन ८४६ हजार टन व मेंढीचे ३६९ हजार टन आहे
३) महाराष्ट्राच्या एकूण ५६३ हज़ार टन मटन उत्पादनापैकी महाराष्ट्राचे शेळीचे मटन ६२ हजार टन व मेंढीचे ३० हजार टन आहे.	३) भारताचे लोकर उत्पादन ४४.४ लाख किलो व महाराष्ट्राचे १,४४८ किलो एवढे आहे.
४) भारतात ४९८ लाख रुपये किमतीच्या १८३ टन मटन आयातीपैकी शेळी व मेंढीचे ८५ लाख रुपये किमतीचे ३० टन मटन आयात केले जाते.	४) भारतातून ६,२४,५३१ लाख रुपये किमतीचे एकूण ७,२८,४७० टन मटन निर्यात केले जाते त्यात ७३,७२६ लाख रुपये किमतीचे शेळी व मेंढीचे ११,७६६ टन मटन निर्यात केले जाते.
२०१३-२०१४ सालामध्ये ६९४.१० करोड़ रुपयांचे २२६०८.९४ टन एवढे शेळी व मेंढी चे मटन अरब अमिरात, कतार,सऊदी अरेबिया,कुवेत,ओमान या देशांना निर्यात झाली.	

शेळ्यांच्या भारतातील प्रमुख जातीः

जमुनापारीः

• मूळः उत्तरप्रदेशातील इतवाह आग्रा व मथुरा	• रंग : पांढरा	• नाकः बहिर्वक्र व त्यावर केसांचा झुपका (रोमन नोज)
• नर आणि मादी दोन्हीमधे शिंग असतात	• लांब आणि लोंबकळणारे कान	• मागील बाजूस केसांची वाढ (फीदर्स धोतरासारखी)
• मोठी कास	• दूध उत्पादन २०० किलोग्राम / वेत	• वर्षात एक वेत
• जुळयांचे प्रमाण- ४३ %		

जमुनापारी नर

जमुनापारी मादी

बारबेरी

• मूळः उत्तरप्रदेशातील इतवाह आग्रा व मथुरा व अलीगड राजस्थान	• बंदिस्त शेळीपालनासाठी उत्तम	• शरीराचे आकारमान लहान
• रंग : पांढरा व त्यावर तपकिरी रंगाचे ठिपके	• छोटे व सरळ कान	• दूध उत्पादन १३० ते २०० किलोग्राम / वेत (१४५ दिवस)
• १२ ते १५ महिन्यात दोन वेते	• शेळयांची दुधाळ जात	• जुळयांचे प्रमाण- ६५ % व तिळयांचे प्रमाण १० %

बारबेरी नर

बारबेरी मादी

जाखराना :

• मूळः अलीगड व जाखाराना जिल्हे राजस्थान	• शरीर आकारमान मोठे	• मांस उत्पादनासाठी व कातडीसाठी प्रसिद्ध उपयुक्त
• रंग : प्रामुख्याने काळा व कानावर व नाकावर पांढरे ठिपके	• दूधाळ जात	• जुळयांचे प्रमाण- ४०%

जाखराना मादी

जाखराना नर

सिरोही :

मूळ: राजस्थानमधील सिरोही आणि गुजरातमधील पालमपुर	• शरीर आकारमान मध्यम	• मांस उत्पादनासाठी उपयुक्त
रंग : प्रामुख्याने तपकिरी व त्यावर पिवळसर रंगाचे ठिपके	• कान मध्यम पानाच्या आकाराचे	

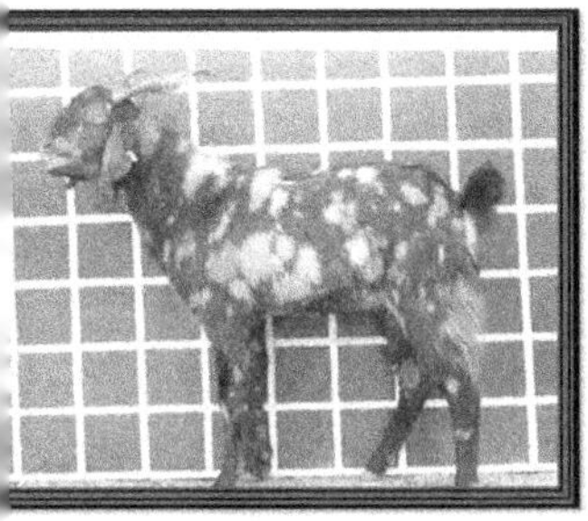
सिरोही नर

सिरोही मादी

हाराष्ट्रातील प्रमुख शेळयांच्या जाती

उस्मानाबादी शेळी

• रंग : काळा	• सरासरी उंची : ६७ से.मी	• जन्मत: वजन : १.५ ते २ कि.
• शिंगे : मागे वळलेली	• सरासरी लांबी ६४ से.मी.	• ६ महि. वजन : १४ किलो
• कपाळ : फुगीर	• करडांच्या वजनाच्या : ५० ते १००	• मादीचे वजन : ३० ते ३५ किलो
• नराचे वजन : ४२ ते ४८ कि.	• वयात येण्याचे वय : ७ ते ८ महिने	• प्रथम फळण्याचे वय : ८ ते ९ महिने
• कान : लोंबकाळणारे	• वाढीचा वेग : ५० ते ६० ग्रॅम दररोज	

उस्मानाबादी नर

उस्मानाबादी मादी

ंगमनेरी शेळी

• रंग : पांढरा	• कपाळ : सपाट	• करडांच्या वजनाच्या : ५० ते १००
• कान : सरळ	• सरासरी उंची : ६७ से.मी.	• जन्मत: वजन : १.५ ते २ कि.
• ६ महि. वजन : १४ किलो	• मादीचे वजन : ३० ते ३५ किलो	• नराचे वजन : ४२ ते ४८ कि.
• वयात येण्याचे वय : ७ ते ८ महिने	• प्रथम फळण्याचे वय : ८ ते ९ महिने	• वाढीचा वेग ५० ते ५५ ग्रॅम दररोज
• शिंगे : मागे वळलेली	• सरासरी लांबी : ६४ से.मी.	

◀ संगमनेरी नर

◀ संगमनेरी मादी

विदेशी जात
बोअर शेळी

• रंग : पांढरा व मानेवर तपकिरी	• जन्मत: वजन : २ ते २.५ कि.	• कान : आखूड
• शिंगे : मागे ,आखूड	• कपाळ : फुगीर	• ६ महि. वजन : २५ ते ३० किलो
• तोंड : तपकिरी	• मादीचे वजन : ४० किलो	• नराचे वजन : ७० ते ८० कि
• करडांच्या वजनाच्या : १५० ते ३००	• वयात येण्याचे वय : ७ महिने	• प्रथम फळण्याचे वय : ८ महिने
• वाढीचा वेग १५०-१८० ग्रॅम दररोज	• प्रथम विण्याचे वय : १३ ते १४ महिने	

बोअर नर

बोअर मादी

सानेनः

• जगातील एक नंबरची दुधाळ जात	• सरासरी उत्पन्न ३ लीटर / दिवस	• रंग: पाढरा व भुरकट
• कान लहान व टवकारलेले	• नर आणि मादी दोघानाही दाढ़ी	• मादीचे वजन ५० ते ६० किलो

सानेन नर

सानेन मादी

शेळयांसाठी निवास

• शेळीचे व्यवस्थापन आईच्या मायेने करावे. शेळयांच्या उत्पादन क्षमतेचा पूर्ण वापर करण्यासाठी सुयोग्य निवा-याची गरज असते.	• शेळयांच्या अन्न आणि निवास या मूलभूत गरजा आहेत. अस्वच्छ, कोंदट, ओलसर, अपुरा निवारा, विविध रोग व कीटके यांना आमंत्रित करते, करडांची वजनवाढ खुंटते आणि शेळयांच्या पैदाशीवरही विपरीत परिणाम होतो.
• अती गरम आणि अती थंड हवा व पाउस यापासून संरक्षण होईल हे निवारा तयार करतांना आवश्यक साध्य करावे.	• निवा-याचे प्रमुख दोन भाग असावे. एका भागाला सावलीसाठी छप्पर असेल. दुसरा भाग त्याला जोडूनच पण छप्पराशिवाय असेल. दुसरा भाग पहिल्या भागापेक्षा किमान दुप्पट तरी मोठा असावा.
• निवारा शक्यतो दक्षिणोत्तर असावा व छप्पर नसलेला भाग पूर्वेकडे असावा. त्यामुळे सकाळचे कोवळे उन शेळयांना मिळेल.	• निवा-यामध्ये शेळयांना मोकळे ठेवावे. फिरत राहिल्यामुळे आपोआप व्यायाम घडेल.
• निवा-याची जागा शक्यतो राहत्या घरापासून थोडया अंतरावर उंचवटयावर असावी.	• निवारा फार खर्चिक असू नये.

स्थानिकरित्या मिळणा-या वस्तू वापरुन अल्प खर्चात सुयोग्य निवारा उभारता येतो.	• निवा-यातील जमीन उतार ठेवून, मुरुम पसरुन नीट चोपून घ्यावी, जमीन दररोज झाडून स्वच्छ करावी. वर्षातून २-३ वेळेस मुरुम उकरुन काढावा व नवीन मुरुम त्यात ३ टक्के कळीचा चुना मिसळून पसरुन पुन: चोपून घ्यावे.
व्यालेल्या शेळया, गाभण शेळया, भाकड शेळया, विविध वयोगटाची करडे व पैदाशीचे बोकड व आजारी शेळया यांना स्वतंत्रा वाडग्यात ठेवणे योग्य होय.	• बोकडांच्या शिंगांच्या मुळाशी असलेल्या ग्रंथीतून पाझरणा-या स्त्रावामुळे बोकडांच्या अंगाला उग्र दर्प येतो. हा वास शेळीच्या दुधाला लागतो म्हणून बोकडांचा वाडगा स्वतंत्रा असावा.
त्यामुळे खाद्य पुरवठा, व्यवस्थापन यासाठी मदत होईल. यासाठी प्रत्येक गटासाठी निवा-यात स्वतंत्रा कप्पे असावे. कप्प्यासाठी चेंनलिंक जाळी किफायतशीर आहे.	• चारा, खाद्य घालण्यासाठी छप्पर असलेल्या भागात गव्हाण आणि पिण्याच्या पाण्यासाठी टाकी अथवा तत्सम सोय असावी.
गव्हाणीची रुंदी एक ते सव्वा फूट, उंची दीड फूट (गव्हाणीचा तळ) व लांबी दर शेळीस एक फूट याप्रमाणे ठेवावी.	• गव्हाणीत आणि पाण्याच्या टाकीत शेळया-करडे पाय घालून घाण करु नये व चारा वाया जावू नये यासाठी त्यांचे केवळ तोंड जाईल अशाप्रकारे निर्बंध पटया असाव्यात.

प्रत्येक शेळीला खालील प्रमाणे सावलीसाठी जागा पुरवावी.

• शेळीचा गट	• आवश्यक क्षेत्रा	• शेळीचा गट	• आवश्यक क्षेत्र
• भाकड शेळी	• १२ चौ.फू.	• गाभण शेळी	• १६-२० चौ.फू.
• व्यालेली शेळी	• १६-२० चौ.फू.	• पैदाशीचा बोकड	• २०-२५ चौ.फू.
• करडे - ३ महिने पर्यत	• ४-६ चौ.फू.	• करडे ४-६ महिने	• ६-८ चौ.फू.
• करडे- ६-९ महिने	• ८-१० चौ.फू.	• करडे - ९ महिन्यानंतर	• १० ते १४ चौ. फू.

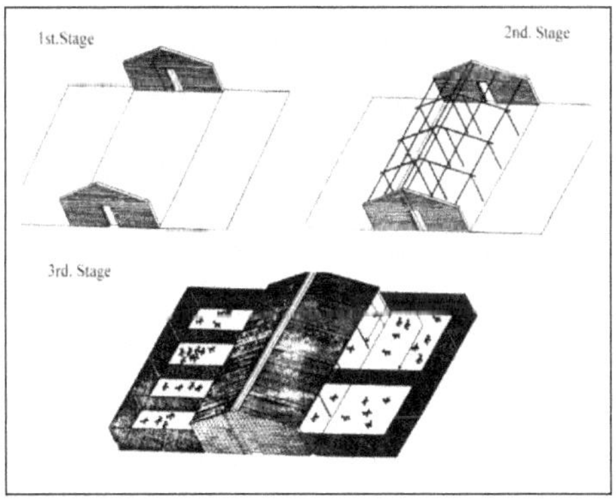

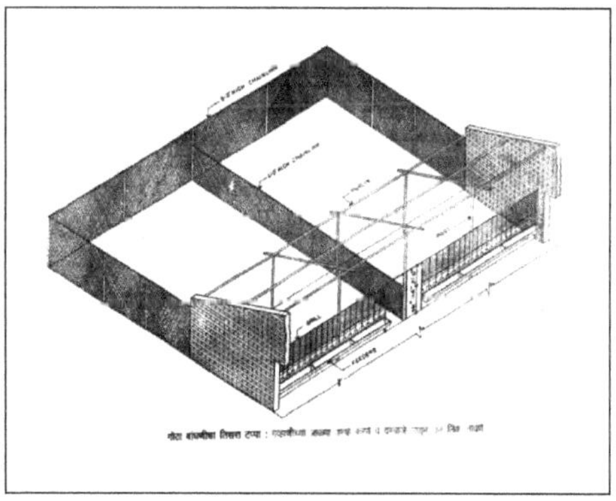

ळयांची निवड :

• सुधारीत शेळया पाळा.	• आपल्याकडे शेळीपालन व्यवसाय मांस उत्पादनासाठीच किफायतशीर ठरत असल्यामुळे त्यासाठी सुयोग्य जातीच्या शेळया पाळा. उदा. उस्मानाबादी, संगमनेरी, बोअर संकरित.
• जुळी करडे देणा-या शेळया पैदाशीसाठी निवडा. सतत एकच करडू देणा-या शेळयांना कळपातून काढून टाकावे. हा गुण करडांना त्यांच्या आई-वडिलांकडून मिळतो. म्हणून सरासरीपेक्षा जास्त वजन वाढीचा वेग असणा-या आई-वडिलांच्या करडांना पैदाशीसाठी निवडा.	• पैदाशीचा नर निवडताना तो जुळयांपैकी आहे याची खात्री करा. कमीत कमी वयात जास्तीत जास्त वनज वाढणारी करडे अधिक किफायतशीर ठरतात यासाठी करडांची व शेळयांची नियमितपणे वजने घेणे आवश्यक असते.
• अनुवंशिक गुण उत्तम असूनही अनुकूल वातावरण नसेल तर अपेक्षेनुसारउत्पादनवाढ मिळत नाही. म्हणून उचित आहार, परिणामसुयोग्य निवारा, उत्तम कारक रोग प्रतिबंधक उपाय याकडे सदैव लक्ष द्या.आपल्या भागात टिकणा-या जातीच्याच शेळया घ्याव्यात.	• शक्यतो बाजारातून खरेदी टाळावी. कारण तेथील बहुतेक शेळया पैदाशीसाठी निरुपयोगीअसतात. जास्त किंमत द्यावी लागली तरी शेळी पालकांकडूनच संगोपन आणि शेळया व बोकड यांची खरेदी करावी. पावसाळयात खरेदी करु नये. कारण तेंव्हा रोगराईची शक्यता जास्त असते. खरेदीसाठी हिवाळा चांगला.
• खरेदी करताना प्रत्येक शेळी व बोकड यांच्या उत्पादनक्षमतेची शक्य तितकी माहिती मिळवावी.	• शेळया व बोकड सशक्त, निरोगी, पैदासक्षम असावे. शेळीची कातडी नरम व मउ असावी. अंगकांती चकाकणारी असावी. कोणताही शारीरिक दोष असू नये.

• शेळयांची कास भरीव असावी, लोंबती असू नये. त्यावर अतिरिक्त स्तनाग्रे असू नये. तिचा स्वभाव शांत असावा. तिला उपजत मातृप्रेम असावे. तिचे दूध उत्पादन चांगले असावे.	• पैदाशीसाठी निवडलेला बोकड त्या कळपातील सर्वात जास्त वजनाचा असावा. त्याचा देह सरळ, पाय मजबूत व छाती रुंद असावी. मान आणि खांद्यावर राठ केस असावेत.
खरेदीनंतर शेळयांना लांब अंतरावर वाहनाने वाहतूक करावयाची असल्यास गाभण शेळया घेणे टाळावे. कारण वाहतूकीच्या ताणामुळे गर्भपात होवू शकतो.	

शेळीचे वय कसे ओळखावे

- शेळयांचे दात
- शेळीला वरच्या जबडयात दात नसतात तर एक पॅड असते व खाली आठ दात असतात.
- करडांना पहिल्या आठवडयामध्ये ३ जोडी म्हणजे ६ दात (दुधी) येतात.
- दुस-या आठवडयात चौथी दुधी दाताची जोडी येते, असे आठ दुधी दात येतात.
- चौथ्या आठवडयानंतर दूध दात पडून कायमचे दात येण्यास सुरुवात होते.
- कायमचे दात हे पिवळे असतात व दुधी दात पांढरे असतात.
- १५ ते १८ महिन्यात पांढरे दात पडून १ जोडी येते.
- २० ते २५ महिन्यात पांढरे दात पडून २ जोडी येते.
- २५ ते ३१ महिन्यात पांढरे दात पडून ३ जोडी येते.
  २८ ते ३५ महिन्यात पांढरे दात पडून ४ जोडी येते.
- असे संपूर्ण आठ कायम दात येतात.

शेळयांचा आहार :

पूर्वीपासून चालत आलेल्या पध्दतीने शेळीपालन करताना आहारासाठी काहीही खर्च होत नाही. परंतू या पुढील काळात गायरान, रस्त्याचे व नदी-नाल्याचे कडेने पुरेसा चारा मिळणे दुरापास्त होणार आहे. हे लक्षात घेवून शेळीपालन व्यवसाय बंदिस्त/अंशतः बंदिस्त पध्दतीने करणे अधिक किफायतशीर होईल. यामध्ये शेळयांना वाडग्यात आहार पुरवणे आवश्यक आहे.

आहारातील विविध अन्न घटक

अ.क्र.	घटक	घटकाचे प्रयोजन	घटकाचा उगम
१	पाणी	अन्न पचणेसाठी, शरीरातील सर्व क्रिया व्यवस्थित होण्यासाठी	हिरवा चारा, स्वच्छ पाणी
२	प्रथिने	शारीरिक वाढ, करडे व दूध उत्पादन, झीज भरुन काढण्यासाठी रोग प्रतिकारासाठी.	द्विदल पीके, माशांचे कूट, तेल बियाणांची पेंड
३	स्निग्धांश	उर्जा निर्मिती, कातडीची चमक, सुलभ हालचाली, उर्जा साठवण.	पेंडी, मका, सोयाबिन, तांदळाचे उपपदार्थ (Rice Bran,Rice Polish)
४	कर्बोदके	रवंथ क्रियेसाठी, उष्णतेचा पुरवठा, कोठीपोटातील एकपेशींसाठी, चरबी निर्मिती.	सर्व प्रकारचे गवत, कडबा, पाला, फांद्या, तृणधान्य, कडधान्य
५	क्षार व जीवनसत्वे	शरीरातील सर्व क्रियांसाठी, रोग प्रतिकार शक्तिसाठी, शरीरक्रियांचे संतुलन राखणे.	हिरवा चारा, पेंडी, खुराक, क्षार विटा

शेळयांच्या आहाराचे वेगळेपण

- रवंथ करणा-या इतर जनावरांच्या मानाने शेळया आहाराबाबत अधिक चोखंदळ असतात. त्यामुळे त्यांच्या आहारामध्ये विविधता असावी लागते.
- शेळयांना अनेक प्रकारच्या झाडा-झुडुपांचा पाला आणि कोवळया फांद्या अधिक आवडतात. म्हणून शेळयांच्या रोजच्या आहारात यांचा साधारण निम्मा भ असणे चांगले.
- शेळयांचे वरचे ओठ आणि जीभ यांच्या विशिष्ट ठेवणीमुळे त्यांना काटेरी झुडुपातील पाने-शेंगा सहजपणे तोडून खाणे जमते.
- इतर जनावरांच्या तुलनेत शेळयांना जास्त आहार लागतो. त्यांचे प्रमाण वजनाच्या ४ टक्के शुष्क पदार्थ इतके असावे.
- शेण-मुत्राने भरलेला अथवा भिजलेला चारा शेळया नाकारतात.
- चा-यातील कडू, गोड, आंबट, खारट चवीतील फरक शेळयांना ओळखू येतो. कडू चवीचा चारा त्या सहज खातात.
- शेळयांच्या खाण्याबाबतच्या वरी ल सवयी लक्षात घेउन त्यांना चारा/आहार देणे. घातलेल्या चा-यापैकी उरल्यास तो इतर जनावरांना खायला देणे.
- शेळीला रोजची पाण्याची गरज ४.५ ते १३ लिटर.

आहार किती द्यावा

- सर्व अन्नघटक आहारामध्ये विशिष्ट गरजेनुसार पुरेशा प्रमाणात असतील तेंव्हा त्याला संतुलित आहार म्हणतात.
- विविध वयोगटाच्या शेळयांना कोणता आहार किती प्रमाणात द्यावा याची ठळक माहिती खालील प्रमाणे आहे. शेळीच्या वजनाच्या किमान अर्धा टक्का खुरा २ टक्के वाळलेला चारा व दीड टक्का हिरवा चारा (शुष्क प्रमाणात) म्हणजे एकूण ४ टक्के- दीड टक्का शुष्क प्रमाणात म्हणजे ४.५ टक्के हिरवा च शेळीच्या वजनाप्रमाणे मिळावा. चारा १.५ ते २ से.मी. चे तुकडे करुन दिल्यास ३० टक्के चा-यात बचत होते.

करडे : करडांना पहिले दीड महिना आईचे दूध मिळालेच पाहिजे. १५ दिवसानंतर करडे हळू हळू खुराक, लुसलुशीत चारा/पाला खावू लागतात.

३ महिने पर्यंतच्या करडांचा आहार

करडाचे वय (दिवस)	दूध (मि.ली.)	दूध किती वेळा (एक दिवसात)	हिरवा चारा (ग्रॅम)	खुराक (ग्रॅम)
१ ते ७	३००	आई बरोबर	-	-
८ ते ३०	३५०-५००	३ ते ४ वेळा	मुबलक	५०
३१ ते ६०	४००-६००	२ वेळा	मुबलक	१००
६१ ते ९०	२००-४००	२ वेळा	मुबलक	२००

- ३ महिन्यानंतर करडांना दूध देण्याची गरज नाही. थान तुटीनंतर करडांचे वजन घटण्याची शक्यता फार असते. त्यामुळे त्यांची वाढ खुंटते, पोटाळलेली (डबरी) दिसू लागतात आणि अशक्तपणा येउन रोग व जंत यांना बळी पडतात. थान तुटीनंतरही करडांचे वजन वाढत राहावे व ती निरोगी निपजावी यासाठी त्यांना प्रथिनेयुक्त आहार पुरेशा प्रमाणात खालील मार्गदर्शक तक्त्यानुसार देणे आवश्यक आहे.

- **दूध तुटीनंतरचा करडांचा आहार**

वय (महिने)	करडांचे वजन (किले)	हिरवी व वाळलेली वैरण (किलो)	खुराक (ग्रॅम)
४-५	१० ते १४	१ ते १.५	२००-३००
६-७	१५ ते १८	१.५ ते ३	२५०-३५०
८-९	१९ ते २२	३ ते ४	३५०-४००

शेळया व बोकड यांचा आहार :

- शेळया व बोकड यांना त्यांचे वजनाच्या ४ टक्के शुष्क पदार्थ (पाणी विरहित) इतका आहार प्रत्येकी दररोज मिळणे आवश्यक आहे. त्या दृष्टीने विविध गटांसाठी आहाराचे आदर्श प्रमाण खालील प्रमाणे असेल.

अ.क्र.	गटाचे विवरण (किलो)	हिरवा चारा (किलो)	वाळलेला चारा (किलो)	खुराक(ग्रॅम)	चराई (तास)
१	पूर्णपणे ठाणबंद	३-४	०.५-१	२५०-३००	-
२	अंशतः ठाणबंद	२-३	०.५	२००-३००	४
३	पैदाशीचे बोकड	३-५	०.५-१	४००	-
४	गाभण शेळया (शेवटचे दीड महिने)	३-५	०.५-१	३००-४००	२-४
५	व्यालेल्या शेळया(व्याल्यानंतर १ महिना)	३-५	०.५-१	३००-४००	२-४

शेळयांचे आजार :

पोटफुगी	• अतिआम्लकारी अपचन	• घटसर्प	• फरया	• कालपुडी
सांसर्गिक गर्भपात	• आंत्रविषर	• धनुर्वात	• तोंडखुरी / पायखुरी	• जरबा
पी.पी. आर	• सांसर्गिक फुपुस्धाह	• देवी		

- निरोगी शेळयाच चांगल्या वाढतात, नियमितपणे वितात, दोन वेतातील अंतर कमी राखतात आणि दीर्घ उत्पादक आयुष्य जगतात. त्यांना क्वचितच पशुवैद्याची गरज पडते. आरोग्याकडे योग्य लक्ष न पुरविल्यास शेळी पालकाचे मोठे आर्थिक नुकसान होते.
- निवारा आणि चा-याच्या अस्वच्छतेमुळे रोग लवकर पसरतात.
- आहार संतुलित आणि पुरेसा नसेल तर शेळया व करडे अशक्त बनून रोगांना लवकर बळी पडतात.
- पोटातील जंत व अंगावरील कीटके वाढल्यास वजनवाढ खुंटते.
- एकूण संगोपनात दुर्लक्ष झाल्यास प्रजननक्षमता कमी होते आणि मरतुकही वाढते.
- वरील प्रमाणे होणारे नुकसान टाळण्यासाठी खालील साधे उपाय योजावे.
- नेहमी निवारा व परिसर स्वच्छ ठेवावा.
- अंगावरील गोचिड, लिखा, उवा यावर नियंत्राण ठेवावे.
- पोटातील जंत वाढू नये यासाठी नियमित लेंडी तपासणी करुन घेवून, आवश्यकतेनुसार जंताचे औषध द्यावे.
- साथीच्या रोगांविरुध्द वेळापत्राकानुसार लसीकरण करुन घ्यावे.
- कळपातील सर्व जनावरांची दररोज बारकाईने पाहणी करुन आजारी जनावरे आढळल्यास तात्काळ उपचार करुन घ्यावे.

- सर्व जनावरांना गरजेनुसार संतुलित आहार पुरवावा.

आजारी शेळीची लक्षणे

- ताप येतो. आजारपण वाढल्यानंतर ताप सरासरी पेक्षा कमी होतो.
- खाण्यात अथवा चरण्यात आस्था नसणे, मलूल दिसणे, रवंथ करणे थांबते, दूध उत्पादन कमी होते.
- लेंडयाचे प्रमाण कमी होवून अधिक घटट वा पातळ बनते, लघवी कमी आणि पिवळसर होते.
- अंगावरील केस राठ होवून त्यावरील चमक नाहीशी होते. नाकपुडया कोरडया पडतात.

लसीकरण

अ.क्र.	रोगाचे नांव	लस केंव्हा टोचावी	लस देण्याची पध्दत
१	आंत्राविषार (ईटी)	करडे तीन आठवडयांची झाल्यावर पहिला डोस बूस्टर डोस - १५ दिवसांनी	२.५ मिली कातडीखाली. २.५ मिली कातडीखाली.
२	बुळकांडी (पीपीआर) सदृश्य हगवण	करडे तीन महिन्यांची झाल्यानंतर १ मिली कातडीखाली शक्यतो ही लस एकदास द्यावी लागते.	आजूबाजूस रोगप्रादुर्भाव झाल्यास देणे. २.५ मिली कातडीखाली.
३	घटसर्प (एचएस)	करडे सहा महिन्यांची झाल्यानंतर त्यानंतर दरवर्षी पावसाळयापूर्वी एकदा	
४	लाळखुरकत (एफएमडी)	दर सहा महिन्यांनी	रोगाचा प्रादुर्भाव असणा-या प्रदेशातच ही लस देण्यात यावी.
५	काळपुळी किंवा फांसी (अॅन्थ्रॅक्स)	दरवर्षी पावसाळयापूर्वी एकदा	रोगांचा प्रादुर्भाव असणा-या प्रदेशातच ही लस देण्यात यावी.
६	फ-या किंवा एकटांग्या (बीक्यू)	दरवर्षी पावसाळयापूर्वी एकदा	२.५ मिली कातडीखाली रोगाचा प्रादुर्भाव असणा-या प्रदेशातच ही लस देण्यात यावी.
७	शेळयांमधील देवी (गोट पॉक्स)	---------------	१ मिली कातडीखाली रोगाचा प्रादुर्भाव असणा-या प्रदेशातच ही लस देण्यात यावी.

शेळीमधील जंतप्रादुर्भाव:

जंत प्रादुर्भावाची लक्षणे :

• शेळयां, करडे खंगत जातात, वाढ खुंटते, मलूल दिसतात.	• खाल्लेले अन्न पचत नाही, हगवण लागते.
• अंगावरील चमक जावून केस उभे राहतात.	• जबडयाखाली व पोटाखाली सूज येते. जनावरे पोटाळलेली दिसतात.
• रक्त शोषणा-या जंतांमुळे शरीरातील रक्त कमी होते.	• इलाज न केल्यास शेवटी खाणे बंद होवून जनावरे दगावतात.
• लेंडी वा रक्ताची तपासणी केल्यास जंताची अंडी दिसतात.	

जंत प्रादुर्भाव आटोक्यात ठेवण्याचे उपाय :

• जंत वाढल्यानंतर उपचार करण्यापेक्षा ते वाढू नये, म्हणून प्रतिबंधक उपाय योजणेच चांगले.	• लेंडीच्या ढिगाभोवती शेळया चरायला सोडू नये. सकाळी दहिवरात गवताच्या टोकावर जंताच्या अळय आलेल्या असतात. दहिवर हटल्यावर त्या गवताच्या मुळाशी जातात त्यामुळे दहिवर हटल्यावर शेळया चरायला सोडणे योग्य.
• निवारा नेहमी स्वच्छ व कोरडा ठेवावा.	• चरण्यास जाणा-या शेळयांना जंताची लागण होतच राहते, म्हणून पावसाळा सुरु होताना आणि पावसाळा संपताना असे दोनदा पशुवैद्याच्या देखरेखीखाली जंताचे औषध पाजावे. लेंडयाची तपासणी करुन आवश्यक असल्यास इतर वेळेस औषध पाजावे. औषध बदलत राहावे.
• हिरवा चारा थोडा वेळ उन्हात वाळवून मग द्यावा.	• तळयाच्या परिसरात अथवा दलदलीत शेळयांना चरु देवू नये. तळयाच्या परिसरातील गोगलगाईमध्ये काही जंतांच्या अळया वाढतात. म्हणून गोगलगाई निवारणासाठी तळयाच्या परिसरात ३ टक्के मोरचूद द्रावणाची फवारणी परिणामकारक ठरते. तळयात बदके पाळण्यानेही गोगलगाईचा नायनाट होतो.
• शेळीचे व्यवस्थापन चांगले केल्यास मृत्युचे प्रमाण फक्त २ टक्के राहते.	

जंतनाशक औषधांचे नांव	द्यावयाची मात्राा (प्रति किलो वजन)	
	शेळी	मेंढी
अलबेंडेंझोल (ॲनॅलगॉन/अल्बोमार/ व्हलबॅझेन)	५ ते १० मि.ग्रॅ.	५ मि.गॅ.
लेव्हॅमिसोल इंजेक्शन (लेमॅसॉल)	८ मि.गॅ.	७.५ मि.ग्रॅ.
बॅनमिंथ बोलस (मोरॅटेल सायट्रेट)	१० मि.ग्रॅ.	६ मि.ग्रॅ.
आयव्हरमेक्टिन इंजेक्शन १ टक्के (डेक्टोमॅक्स,आयव्होमेक,एनडॅक)	२०० मायक्रोग्रॅम	२०० मायक्रोग्रॅम
क्लोसॅंटेल (१५ टक्के) (झायक्लॉक्स/एक्झिनॉट)	७.५ मि.ग्रॅ.	७.५ मि.ग्रॅ.

थमोपचार - प्राथमिक उपाय :-

- जखम चिघळून त्यात किडे झाल्यास टरपेंटाईन तेल घातल्यावर किडे बाहेर पडतात. सर्व आळया चिमटयाने काढून त्यात हळद भुकटी, सीताफळाचा रस, कापूर १ भाग + गोडेतेल १० भाग यापैकी एक औषध वापरावे.
- खूर आणि शिंगांना जखमा झाल्यास पातळ डांबर लावावे.
- कंड सुटल्यामुळे जनावरे बेचैन राहतात. चारा खाताना त्रास होतो, त्यामुळे अशक्त बनतात. कळपात लागण झपाटयाने पसरते. खपल्या ब्लेडने खरडून काढून जखम साबणाने धुवून कोरडी करावी. त्यावर सल्फर मलम, करंजी तेल, व्हॅसेलिन + फिनेल यापैकी एक औषध २-३ दिवसाचे अंतराने लावावे.
- तोंडात फोड आल्यास तुरटी १ भाग + पाणी ४० भाग या द्रावणाने तोंड धुवून बारीक कोथिंबीर + मीठ + लोणी, टाकणखार १ भाग + मध १० भाग, ग्लिसरीन अथवा गोडेतेल + बोरिक पावडर यापैकी एका औषधाचा लेप द्यावा.
- जेंशन व्हायलेट द्रावणाचा देखील चांगला उपयोग होतो.
- विषारी साप चावल्याचे समजल्याबरोबर जखमेच्या वरच्या बाजूला दोरी आवळून बांधावी, जखमेवर नव्या ब्लेडने गुणाकाराच्या चिन्हाप्रमाणे चीर घेवून रक्त वाहू द्यावे. जखमेवर पोटॅशियम परमॅंगनेट अथवा तुरटीचे कण दाबून बसवावे. पायाची हालचाल होवू देवू नये.
- विषारी साप चावल्यानंतर काही समजण्यापूर्वी तात्काळ मृत्यु होतो. परंतु तसे लक्षात आल्यास खालील प्रथमोपचार करावेत. कोणत्यही विषबाधा झालेल्या ठिकाणापासून दूर न्यावे. बाधित जनावरांना ताक, अंडयाचा बलक, कोळशाची पूड अथवा उकळलेला कोरा चहा (थंड करुन) पाजावा.
- हगवण लागल्यास प्रथम मीठ + साखर + पाणी एकत्रा करुन पाजावे. कात १० ग्रॅम + खडूची भुकटी २० ग्रॅम + सुंठपूड ५ ग्रॅम पाण्यात मिसळून पाजावी. बेलफळाचा गर खावू घालावा.
- आहारांमधून अगर इतर कारणाने विषबाधा झाल्यास त्वरीत तज्ज्ञांना आमंत्रित करुन उपचार करावेत.

चा बकरा:

ईद साठी कुर्बानी दिल्या जाणारा बकरा कमीत कमी एक वर्ष वयाचा आवश्यक असतो	• बोकड रुबाबदार तरतरित उंच व रंगीबेरंगी असावा
बोकडाची जात धष्टपुष्टता डौल आणि केवल दिसन्यावर निवड केली जाते	• दोन दाती कुठलीही जखम नसलेला किंवा शस्त्रक्रिया न झालेल्या बोकडला पसंती
जमुनापरी, जखार्ना सिरोही किंवा या जतिंचा संकर केलेल्या बोकडाना पसंती दिली जाते	• बकरी ईद साठी पालन केलेल्या बोकडाचे खच्चीकरण करावे कारण त्याची वाढ झपाट्याने होते

शेळी पालन फायदेशीर करायचे असेल तर खालील बाबी लक्षात ठेवाव्या

खाद्य स्वत: तयार करा व वाळलेला आणि ओला चारा आवश्यक तेवढा नियमित दया	• शेड बांधनीवर कमीत कमी खर्च
फक्त दोन पिल्ल देणारी गाभन शेळी निवडा व शेळी लोकल शेतकऱ्याकडून खरेदी करावी व सुरवातीला जास्तीत जास्त २० शेळया व १ बोकड ठेवाव्या.	• बकरी ईद व पैदासीचे बोकड तयार करुण विकण्याचा प्रयत्न करा
नोंद्वहीमधे सगळ्या नोंदी ठेवा	• लसीकरण व जंताची औषधे नियमित दयावी
मोठ्या प्रमाणावर हा उद्योग करणार असाल तर शेळयाचा विमा करुण घ्या	• बिनाउपयोगी शेळया कळपातुन काढून टाका.
बोकडाची वजनवाडीवर लक्ष दया व विशेष प्रयत्न करा	• बोकडाच्या मटनाच्या स्ब्च्छ निर्मिती व निर्यातीवर भर दया.
स्वत: फार्मवर लक्ष ठेवा	

लेखकाचा परिचय

डॉ.तेजस चंद्रकांत शेंडे

गाव : शिरताव, पोष्ट : पुळकोटी
तालुका : माण, जिल्हा-सातारा
पिन : ४१५५०९
मोबाईल नंबर : ०९९७०८३२१०५, ०८९७५०२०२०६
इमेल : tejas.shende@gmail.com
जन्म : २० जुलै १९८१

शिक्षण :
एम.व्ही.एस.सी. (पशुअनुवंश व पशुपैदास विभाग)
नोंदणी क्रमांक : ७३१२
मुंबई पशुवैद्यकीय महाविद्यालय परळ, मुंबई - १२

अनुभव :
१) सहयोगी संशोधक, स्पेशलाईज्ड सेंटर फॉर सेल बेस्ड थेरपी, सेठ गोवर्धनदास, सुंदरदास वैद्यकीय महाविद्यालय व
के.ई.एम. हॉस्पिटल, परळ, मुंबई - १२ (कार्यरत कालावधी- जुलै २००७ ते २००९)
२) सहाय्यक प्राध्यापक,
क्रांतिसिंह नाना पाटिल पशुवैद्यकिय महाविद्यालय शिरवळ
ता. खंडाळा जि. सातारा पिन ४१२८०१
(कार्यरत कालावधी- जुलै २००९ ते २०१५)

www.ingramcontent.com/pod-product-compliance
Lightning Source LLC
LaVergne TN
LVHW082057051026
849532LV00011B/3610
* 9 7 8 9 3 8 4 3 1 6 5 0 1 *